நீ உன்னை அறிந்தால்...

பணி வாழ்வில் நுழையும் இளைஞர்களுக்கு அன்போடும் நட்போடும் வழிகாட்டுகிற வெற்றிக் கையேடு

நீ உன்னை அறிந்தால்...

பணி வாழ்வில் நுழையும் இளைஞர்களுக்கு அன்போடும் நட்போடும் வழிகாட்டுகிற வெற்றிக் கையேடு

என். சொக்கன்

ZDP SPECIFICS

Title: Nee Unnai Arinthaal
Author's Name: N Chokkan

Published by ZDP specifics

ZDP
SPECIFICS

(An imprint of Zero Degree Publishing)
No. 55(7), R Block, 6th Avenue,
Anna Nagar,
Chennai - 600 040

Website: www.zerodegreepublishing.com
E Mail id: zerodegreepublishing@gmail.com
Phone: 89250 61999

ZDP Specifics First Edition: May 2022
ISBN: 978-81-956735-2-0
TITLE NO EP: 12

Rs. 90/-

Cover Design & Layout: Vijayan, Creative Studio

முன்னுரை

என்னுடைய முதல் வேலை ஹைதராபாதில். அலுவலக மொழி (ஆங்கிலம்) ஒழுங்காகத் தெரியாது, வெளியே பேசிக்கொள்கிற மொழி (தெலுங்கு) சுத்தமாகத் தெரியாது, இரண்டுக்கும் நடுவில் நன்றாகச் சிக்கித் திணறினேன்.

நல்லவேளையாக, அலுவலகத்தில் என்னுடைய மேலாளரும் குழுத் தலைவரும் தமிழர்கள். அணியிலுள்ள மற்ற உறுப்பினர்களும் என்னுடைய அரைகுறை ஆங்கிலத்தை ஒருமாதிரியாகப் புரிந்துகொண்டும் சகித்துக்கொண்டும் ஆதரவளித்தார்கள்.

எங்கள் அணி பல சிறிய குழுக்களாகப் பிரிக்கப்பட்டிருந்தது. அந்தக் குழுக்கள் ஒவ்வொன்றும் ஒரு மென்பொருள் தொகுப்புக்கு(*Module*)ப் பொறுப்பேற்றிருந்தது.

என்னுடைய குழுவில் இரண்டே பேர்தான். கோபிராஜ் என்றொரு சீனியர், அவர்தான் குழுத் தலைவர், அவருக்குக் கீழே தொழில் பழகுகிற கத்துக்குட்டி ஜூனியராக நான் இணைந்துகொண்டேன்.

கோபிராஜ் பிரமாதமான திறமைசாலி. நான் வருவதற்குமுன்னால் அந்தச் சிக்கலான மாட்யூலை அவரே தனி ஆளாகக்

கவனித்துக்கொண்டிருந்தார். நான் வந்தபிறகும் அவருடைய வேலைப் பளுவில், பொறுப்புகளில் உடனடியாகப் பெரிய மாற்றம் ஏதும் வந்துவிடவில்லை, புதிய ஊழியர்கள் வேலையைக் கற்றுக்கொண்டு செயல்திறனோடு பணியாற்றுவதற்குச் சில மாதங்கள் ஆகுமில்லையா?

அந்தக் காலகட்டத்தில் கோபிராஜ் என்னைப் பிரமாதமாகப் பேணிக் காத்தார். இது கொஞ்சம் சிக்கலான மாட்யூல்தான், ஆனா, நீ திறமைசாலி, சீக்கிரமா கத்துக்குவே' என்று நம்பிக்கையளித்தார். ஒவ்வொரு விஷயத்தையும் பொறுமையாகக் கற்றுக்கொடுத்தார், நான் கேட்கிற அபத்தமான கேள்விகளுக்குக்கூடச் சலித்துக்கொள்ளாமல் பதிலளித்தார், என்னுடைய சின்னச் சின்னப் பணிகளைக்கூடப் பாராட்டினார், மேலிடத்தில் சொல்லிப் புகழ் பெறச் செய்தார்.

அதே நேரம், நான் ஏதாவது சொதப்பிவைத்தால் அது கோபிராஜைத் தாண்டி எங்கும் செல்லாது. பெரும்பாலான பிழைகளை அவரே சுட்டிக்காட்டித் திருத்திவிடுவார். அவற்றைப்பற்றி யாரிடமும் எப்போதும் புகார் சொல்லமாட்டார். ஒருவேளை அவர் கவனிக்காமல் ஏதேனும் பிழை வெளியில் சென்றுவிட்டால்கூட, 'இதற்கு இவன்தான் காரணம்' என்று போட்டுக்கொடுக்கமாட்டார், 'இது எங்கள் குழுவின் பிழை, விரைவில் சரிசெய்கிறோம்' என்று தானே பொறுப்பேற்றுக்கொள்வார்.

சுருக்கமாகச் சொல்வதென்றால், இப்படிப்பட்ட ஒரு குழுத் தலைவர் கிடைப்பதற்குக் கொடுத்துவைத்திருக்கவேண்டும். கோபிராஜுடைய பாதுகாப்பில் என்னுடைய தன்னம்பிக்கை வளர்ந்தது, நிரல் எழுதவும் ஆங்கிலம் பேசவும் பழகிக்கொண்டேன், அலுவலக மின்னஞ்சல் ஒழுங்கைக் கற்றேன், முக்கியமாக, 'சுற்றி என்ன அரசியல் நடந்தாலும் அதில் வலியச் சென்று பேச்சுக் கொடுக்காமல் நம் வேலையைக் கவனிக்கவேண்டும், அப்படி இருந்தால் நம்மிடம் யாரும் வம்பு பேசமாட்டார்கள், வேலை ஒழுங்காக நடக்கும்' என்று எனக்குக்

கற்றுத்தந்தார் கோபிராஜ், பேச்சால் இல்லை, அவருடைய நடவடிக்கைகளால்.

இப்படியாகக் கோபிராஜின் சீடனாக நான் முன்னேறிக்கொண்டிருந்த நேரத்தில், தடாலென்று ஒருநாள் அந்தக் குண்டு வந்து விழுந்தது. 'நான் இந்த வேலையை ரிசைன் பண்ணிட்டேன், அமெரிக்கா போகப்போறேன்' என்றார் கோபிராஜ்.

★

'நான் இந்த வேலையை ரிசைன் பண்ணிட்டேன்' என்று கோபிராஜ் சொன்னபோது எனக்குத் துளியும் நம்பிக்கை வரவில்லை. சும்மா விளையாடுகிறார் என்றுதான் நினைத்தேன், 'ஹாஹா, நல்லா ஏமாந்துட்டியா?' என்று சிரிக்கப்போகிறார் என்று அவர் முகத்தை ஆவலுடன் பார்த்தேன்.

ஆனால், கோபிராஜ் விளையாடுகிற மனிதர் இல்லை. எப்போதும் முகத்தைச் சற்றுத் தீவிரமாகவே வைத்துக்கொண்டிருப்பவர், அவ்வப்போது சிரித்தாலும், அவருடைய உதடுகளின்மீது ஒரு குடையைப்போல் கவிந்து மூடியிருக்கிற மீசைக்குள் அந்தச் சிரிப்பு காணாமல் போய்விடும்.

இப்போதும் அவருடைய முகத்தில் சிரிப்பு இல்லை. எப்போதும் போன்ற துல்லியத்துடன் தன்னுடைய வெளியேற்றத் திட்டத்தை நுணுக்கமாக விவரித்தார்: இந்தத் தேதிவரை அலுவலகத்தில் இருப்பேன், அதன்பிறகு இத்தனை நாள் ஓய்வெடுத்துக்கொள்கிறேன், இந்தத் தேதியில் அமெரிக்காவுக்குப் பறக்கிறேன், தொடர்ந்து உன்னுடன் மின்னஞ்சல் தொடர்பில் இருப்பேன். கவலை வேண்டாம்!

ஆனால், இந்தத் தகவல்களெல்லாம் எனக்குக் கொஞ்சமும் ஆர்வமூட்டவில்லை. என்னுடைய கவலையெல்லாம் ஒன்றே ஒன்றுதான்: கோபிராஜ் கிளம்பியதும் எங்கள் மாட்யூல் என்ன ஆகும்?

எதற்குப் பூசி மெழுகுவது? இந்தக் கேள்வியைக் கொஞ்சம் பச்சையாகவே மொழிபெயர்க்கலாம்: கோபிராஜ் கிளம்பியதும் நான் என்ன ஆவேன்?

மென்பொருள் நிறுவனங்களில் யாரும் நிரந்தரமில்லை, யார் இருந்தாலும், கிளம்பினாலும் அந்த நிறுவனம் தொடர்ந்து இயங்கும் என்பதெல்லாம் இப்போது எனக்கு நன்றாகத் தெரியும். ஆனால் அன்றைக்கு, கோபிராஜ் இல்லாத எங்கள் மாட்யூலை என்னால் கற்பனைகூடச் செய்து பார்க்க இயலவில்லை. உலகமே இருண்டுவிட்டாற்போலிருந்தது.

இன்னொரு பிரச்னை, சில மாதங்களே அனுபவம் கொண்ட (அந்தத் தொடக்கநிலை அனுபவம் உப்புக்கும் ஆகாத) மென்பொருள் எழுத்தனான என்னுடைய பணிவாழ்க்கையைக் கோபிராஜின் வெளியேற்றம் கடுமையாகப் பாதிக்கும் என்று தோன்றியது. ஒருவேளை, கோபிராஜுக்குப் பதில் வருகிற குழுத் தலைவருக்கு என்னைப் பிடிக்காவிட்டால்? எனக்கும் அவருக்கும் ஒத்துப்போகாவிட்டால்? நான் வேறு மாட்யூலுக்கு மாற்றப்பட்டால்? அந்த மாட்யூல் எனக்குப் புரியாவிட்டால்? நான் திறமையற்றவன் என்று தீர்மானித்து இவர்கள் என்னை வெளியேற்றிவிட்டால்?

இவையெல்லாம் அபத்தமான கற்பனைகள்தாம். நம்மிடம் உண்மையான திறமையும் ஆர்வமும் இருந்தால் மேலாளரோ, குழுத் தலைவரோ, மாட்யூலோ, நிறுவனமோகூட ஒரு பொருட்டு இல்லை, இவையெல்லாம் நகர்ந்துகொண்டே இருக்கப்போகிறவை, இவற்றைச் சார்ந்து நாம் இல்லை... ஆனால், அப்போது இந்த உண்மைகளெல்லாம் எனக்குத் தெரிந்திருக்கவில்லை. ஆகவே, அடுத்து என்ன ஆகுமோ என்கிற பதற்றத்தைத் தவிர்க்க இயலவில்லை.

கோபிராஜ் எப்போதும்போல் என்னைப் புரிந்துகொண்டார். ஆனால், அதைப்பற்றி என்னிடம் நேரடியாகப் பேசவில்லை, எனக்கு நம்பிக்கையோ ஆறுதலோ தரவில்லை, அதற்குப் பதிலாக, என்னுடைய மேலாளரிடம் சென்று என்னைப்பற்றிப்

பேசினார், தான் வெளியேறியபிறகும் எனக்கு இந்த அணியில் சரியான, நல்ல வாய்ப்புகள் கிடைப்பதை, என்னுடைய தொடர்ந்த வளர்ச்சியை உறுதிசெய்வதற்கு ஒரு பிரமாதமான யோசனையை முன்வைத்தார்.

ஆனால், பின்னர் அந்த யோசனை எனக்குத் தெரிவிக்கப்பட்டபோது நான் வெலவெலத்துப்போய்விட்டேன். ஏனெனில், கோபிராஜுவுடைய வெளியேற்றத்தைவிடப் பெரிய அதிர்ச்சியாக அது எனக்குத் தோன்றியது.

★

ஒரு குழுவுக்குத் தலைவராக இருக்கிறவர் வெளியேறுகிறார் என்றால், அவருக்குப் பதிலாக ஒரு புதிய தலைவரைக் கண்டுபிடிக்கவேண்டும். அதற்குப் பொதுவாக இரண்டு வழிகளைப் பின்பற்றுவார்கள்.

முதல் வழி, ஏற்கெனவே அந்தக் குழுவில் இருக்கிற உறுப்பினர்களில் யாருக்கேனும் தலைவராகிற தகுதி (அதாவது, திறமையும் அனுபவமும் மற்ற மென்கலைகளும்) இருந்தால், அவர் ஏற்கெனவே ஒரு துணைத் தலைவரைப்போல் செயலாற்றிக்கொண்டிருந்தால், அவரைத் தலைவராக்கிவிடுவார்கள். எடுத்துக்காட்டாக, இந்தியக் கிரிக்கெட் அணியின் கேப்டன் பெரும்பாலும் இப்படிதான் தேர்ந்தெடுக்கப்படுகிறார்.

அப்படி அந்தக் குழுவில் யாரும் இல்லாவிட்டால், இரண்டாவது வழியைப்பற்றிச் சிந்திப்பார்கள், அதாவது, தேவையான தகுதிகளைக் கொண்ட ஒருவரை வெளியிலிருந்து கொண்டுவந்து தலைவராக்குவார்கள். அதே இந்தியக் கிரிக்கெட் அணியின் பயிற்சியாளர் பெரும்பாலும் இப்படிதான் தேர்ந்தெடுக்கப்படுகிறார்.

கோபிராஜுவும் நானும் பணியாற்றிய குழுவில் மொத்தமே இரண்டு உறுப்பினர்கள்தாம். அதில் ஒருவர் வெளியேறுகிறார், மீதமிருக்கிற எனக்குத் திறமை, அனுபவம், மென்கலைகள் ஆகிய

மூன்றுமே சுமார்தான். ஆகவே, அங்கு முதல் வழிக்கு வாய்ப்பே இல்லை, இரண்டாம் வழியைத்தான் பின்பற்றவேண்டும்.

ஆனால், கோபிராஜுக்கு இதில் விருப்பமில்லை. தன்னுடைய இடத்தில் இன்னொருவர் உட்கார்வது அவருக்குப் பிடிக்கவில்லையா? அல்லது என்னுடைய வருங்காலத் திறமைமீது அவருக்கு அளவுகடந்த நம்பிக்கையா? என்று தெரியவில்லை. என்னை அந்தக் குழுவின் தலைவராக்கிவிடலாம் என்று பரிந்துரைத்தார்.

தலைவர் என்றதும் பெரிய லெவல் கிரீடத்தையெல்லாம் கற்பனை செய்யவேண்டாம். கோபிராஜ் கிளம்பியபின் அந்தக் குழுவில் நான் மட்டும்தான் இருப்பேன். நானே தலைவர், நானே தொண்டர். இதுதான் கோபிராஜின் திட்டம்.

அவர் இதை விவரித்தபோது எனக்கு அச்சம்தான் வந்தது. 'இல்லை கோபி, உங்களைமாதிரி பிஸினஸ், டெக்னாலஜியையெல்லாம் என்னால ஒரே நேரத்துல சமாளிக்கமுடியாது. கோட் எழுதிடுவேன். அதுல பிரச்னையில்லை. ஆனா, இந்த மாட்யூலைப்பத்திப் பெரியாளுங்ககிட்ட பேசறதுன்னா கைகாலெல்லாம் உதறும், அனுபவமில்லை பாருங்க!' என்றேன் மலையுச்சியில் தொங்குகிற காமேஸ்வரனைப்போல.

கோபிராஜ் சிரித்தார், 'நான் காரணமில்லாம எதையும் சொல்லமாட்டேன், அது உனக்கே தெரியும்' என்றார். 'நம்ம மாட்யூல் சிக்கலானதுதான். ஆனா, கடந்த பல வருஷங்கள்ல அது ஓரளவு நிலைக்கு வந்துடுச்சு. அதாவது, இந்த மாட்யூல்ல இருந்த பெரிய பிரச்னைகளையெல்லாம் சரிசெஞ்சுட்டோம், வருஷம்முழுக்கச் சிறப்பா இயங்கற நிலைக்குக் கொண்டுவந்துட்டோம். இனிமே சின்னச் சின்னப் பிரச்னைகள் வரலாம். புது விஷயங்கள் சேரலாம். மத்தபடி பழைய பஞ்சாயத்துகளைத் திரும்ப ஆரம்பிக்கவேண்டிய அவசியம் அவ்வளவா இருக்காது.

அதனாலதான் சொல்றேன், எனக்குப் பதிலா இங்கே இன்னொரு சீனியர் லீடரைக் கொண்டுவந்து, நானும் நீயும்

அவரைத் தயார்செய்யறதுக்குப் பதிலா, நான் உன்னைத் தயார்செஞ்சுடறேன். உனக்கும் இது ஒரு நல்ல வாய்ப்பா இருக்கும். என்ன சொல்றே?'

'நல்ல வாய்ப்புதான்னு புரியுது கோபி. ஆனா, நீங்க இத்தனை வருஷமாக் கத்துக்கிட்டதையெல்லாம் எனக்குச் சொல்லித்தரறது சாத்தியமில்லையே, அப்படியே சொல்லித்தந்தாலும் இன்னும் ஒரு மாசத்துக்குள்ள என்னால அதையெல்லாம் ஜீரணிச்சுகிட்டுப் பயன்படுத்தமுடியாதே.'

'யார் சொன்னாங்க?' என்று வாய்விட்டுச் சிரித்தார் கோபிராஜ். 'இதோ பாரு, நான் இதை அஞ்சு வருஷத்துல கத்துக்கிட்டேங்கறதுனால உனக்கும் இதுக்கு அஞ்சு வருஷம் ஆகப்போறதில்லை. எப்படியும் அடுத்த ஒரு வருஷத்துக்குள்ள நீ அதையெல்லாம் என்னைப் பார்த்துக் கத்துக்கதான் போறே. அதைக் கொஞ்சம் விரைவுபடுத்துவோம். அடுத்த முப்பது நாளும் நான் இந்த டீம்ல இல்லைன்னு நினைச்சுக்கோ. எல்லா வேலையையும் நீதான் செய்யப்போறே. நான் பக்கத்துல உட்கார்ந்து அதைக் கவனிக்கப்போறேன். தப்புன்னு தோணற விஷயங்களைத் திருத்தப்போறேன். அல்லது ரெண்டுபேரும் அதைப்பத்தி விவாதிச்சு ஒரு தீர்மானத்துக்கு வரப்போறோம். இது எல்லாமே உனக்கு நல்ல பயிற்சியா இருக்கும். நீ கட்டாயத்துனால வேகமாக் கத்துக்குவே. ஒரு திடீர்ச் சமையல்மாதிரி இதை நினைச்சுக்கோ, முப்பதாவது நாளைக்கப்புறம் உன்னால இதைத் தனியா சமாளிக்கமுடியும், அதுக்கு நான் பொறுப்பு.'

★

'வேலைக்கு ஆள் தேவை' என்று அறிவிக்கும் கடிதங்களில் பொதுவாக *Job Description* என்று ஒரு பகுதி இருக்கும். அதாவது, இந்த வேலை எப்படிப்பட்டது, இதில் சேர்கிறவர் அன்றாடம் என்னென்ன செய்யவேண்டிருக்கும், என்னமாதிரியான பொறுப்புகளை நிறைவேற்றவேண்டியிருக்கும் என்று அதில் விவரித்திருப்பார்கள்.

ஆனால், அந்தத் துறையில் நெடுநாட்களாக உள்ளவர்களுக்குமட்டுமே தெரிந்த ரகசியம், அந்த *Job Description* என்பது சும்மா பெயருக்குதான். அது ஓரளவு துல்லியமாகவே இருந்தாலும், உண்மையில் அதற்கு வெளியில் பல துண்டு வேலைகளை நாம் செய்யவேண்டியிருக்கும். அவற்றை *Job Description*ல் பதிவு செய்வது சாத்தியமில்லை. ஏனெனில் அவை என்னென்ன என்று யாருக்குமே தெரியாது. எல்லாம் பழக்கத்தில் வருவதுதான்.

அதேபோல், *Job Description*க்கு வெளியில் அனைவரும் பின்பற்றவேண்டிய பல மென்கலைகள் உண்டு. எடுத்துக்காட்டாக, பிறருடன் பழகுதல், குழுவாகப் பணியாற்றுதல், எது முக்கியம் என்று அறிந்து பதிலளித்தல், நேர மேலாண்மை, தகவல் தொடர்பு, இப்படி இன்னும் பல.

நான்காவதாக, தன்னை வளர்த்துக்கொள்ளுதல் என்கிற ஒன்றும் இருக்கிறது. அடிமட்டத்தில் வேலைக்குச் சேர்கிற ஒருவரைப் படிப்படியாக உயர்த்தி நடுநிலைக்கோ மேல்நிலைக்கோ கொண்டுசெல்வது அதுதான். அதற்கு என்னென்ன செய்யவேண்டும் என்பதையும் ஒருவர் புரிந்துகொண்டு உழைக்கவேண்டும்.

ஆக, நம் வேலையின் அடிப்படைத் தேவைகள், சொல்லப்படாத தேவைகள், மென்கலைகள், தன்னைத் தொடர்ந்து வளர்த்துக்கொள்ளுதல் ஆகிய அனைத்தும் சேர்ந்ததுதான் ஒருவருடைய வேலை வாழ்க்கை. அநேகமாக நாம் ஒவ்வொருவரும் அன்றாடம் செய்கிற அலுவல் பணிகள் அனைத்தும் இந்த நான்குக்குள் அமைந்துவிடும். (ஐந்தாவதாக, சமூகத்துக்கான பங்களிப்பு என்பதைக்கூடச் சேர்த்துக்கொள்ளலாம்.)

அன்றைக்கு இவை அனைத்தையும் முப்பது நாட்களுக்குள் எனக்குப் புகட்டிவிட முயன்றார் கோபிராஜ். அது கடினம் என்பது அவருக்கும் தெரியும். எனக்கும் தெரியும். ஆனால், இருவருமே அது தெரியாததுபோல் நடந்துகொண்டோம்.

அந்த முப்பது நாட்களுக்குள் அவர் எனக்குக் கற்றுத்தருகிற விஷயங்களைமட்டும் வைத்து என்னால் அந்த மாட்யூலையும் எங்கள் அணியையும் என்னையும் கவனித்துக்கொள்ள இயலும் என்று நான் அப்பாவித்தனமாக நம்பினேன். வியப்பான விஷயம், அது உண்மையாகவும் ஆனது.

ஒருவிதத்தில், இது இறைபக்தியைப்போலத்தான். கோபிராஜ் சொன்னது சரி, அது அப்படிதான் நடக்கும் என்று நான் கேள்வி கேட்காமல் நம்பினேன். அவர் சொன்னதை மறுபேச்சில்லாமல் செய்தேன், பலன் கிடைத்தது.

சில ஆண்டுகளுக்குப்பிறகு, இவை அனைத்தும் *Action Replay*போல மீண்டும் என் வாழ்வில் நடந்தன. இந்தமுறை அலுவல் பணி இல்லை, எழுத்துப் பணி, கோபிராஜின் இடத்தில் பா. ராகவன் இருந்தார். நான் சிறிதும் சிந்திக்காத, என்னால் இயலும் என்று எண்ணியும் பார்க்காத வேலைகளை எனக்குக் கொடுத்தார், அதற்குச் சிறிதும் ஏற்க இயலாத கெடுத்தேதிகளைக் கொடுத்தார், கூடவே, 'உன்னால் முடியும் தம்பி' என்று நம்பிக்கை கொடுத்தார், நான் தடுமாறும்போதெல்லாம் உதவினார்.

கோபிராஜும் பா. ராகவனும் கண்ணாடிப் பிரதிகளைப்போல் எனக்கு ஒரேமாதிரி உதவிகளைச் செய்தது தற்செயல் என்று நான் நினைக்கவில்லை. உலகம் முழுக்க உண்மையான குருநாதர்களெல்லாம் இப்படிதான் இருப்பார்கள் என்று தோன்றுகிறது: சீடனுடைய இப்போதைய நிலையைப் பார்க்காமல் வருங்கால நிலையை மனக்கண்ணால் பார்ப்பது, அதற்கேற்ற பணிகளை ஒப்படைப்பது, திரும்பிவந்துவிடலாமா என்கிற நப்பாசைக்கே இடமின்றி அனைத்து வாசல்களையும் இழுத்து மூடுவது, உள்ளே அவன் தடுமாறும்போதெல்லாம் உதவுவது.

இதில் நகைச்சுவையான விஷயம், பா. ராகவன் இப்போதும் எனக்கு உதவிக்கொண்டுதான் இருக்கிறார், எப்போது எனக்கு என்ன கேள்வி வந்தாலும், குழப்பம் வந்தாலும்,

என்மீதே ஐயம் வந்தாலும் சட்டென்று அவரைத்தான் வாட்ஸாப்பில் பிடிப்பேன், அவருக்கு இது புலி வாலைப் பிடித்த கதையாகிவிட்டது.

ஆனால், கோபிராஜ் அந்த 30வது நாளில் சட்டென்று என் அலுவல் வாழ்க்கையிலிருந்து காணாமல் போய்விட்டார். அதற்குள், நான் போதுமான அளவு தயாராகிவிட்டேன் என்பதை உறுதிசெய்துகொண்டுவிட்டார். அவர் அப்பேர்ப்பட்ட திறமையாளராக இருந்தபோதும், அவருடைய வெளியேற்றத்தால் நிறுவனத்துக்கோ அணிக்கோ எனக்கோ எந்தப் பாதிப்பும் இல்லாமல் செய்துவிட்டார். இதற்கு எப்பேர்ப்பட்ட மனம் வேண்டும்!

★

ஆங்கிலத்தில், *'Pay it forward'* என்று ஒரு பயன்பாடு உண்டு. அதாவது, உங்களுக்கு ஒருவர் நன்மை செய்கிறார் என்றால், நீங்கள் அவருக்கு எந்தப் பதில் நன்மையும் செய்யவேண்டியதில்லை, அதற்குப் பதிலாக, அதேபோன்றதொரு நன்மையை இன்னொருவருக்குச் செய்துவிடவேண்டும். இதை எல்லாரும் தொடர்ந்தால் உலகில் தீமையைவிட நன்மை பெருகும் என்பது ஓர் எளிய கணக்கு.

எடுத்துக்காட்டாக, ஒருவர் என்னைப் பணம் செலவழித்துப் படிக்கவைக்கிறார் என்றால், நான் சம்பாதித்து அவருக்கு அந்தத் தொகையைத் திருப்பிச் செலுத்துவது ஒரு வழி. அதே தொகையை, அல்லது ஓரிரு மடங்கு கூடுதலாகச் செலவழித்து இன்னும் சிலரைப் படிக்கவைப்பது இரண்டாவது வழி.

இருபத்திரண்டு ஆண்டுகளுக்குமுன்னால் கோபிராஜ் எனக்குச் செய்த உதவியை நான் அவருக்குத் திரும்பச் செய்வது சாத்தியமில்லை. அதே உதவியை இன்னொருவருக்குச் செய்வதுதான் ஒரே வழி. அதை நான் செய்தேனா என்று இப்போது யோசிக்கிறேன்.

இத்தனை ஆண்டுகளில் நான் பல புதியவர்களுடன் வேலை

செய்திருக்கிறேன், அவர்களுக்கு நேரடியாகவும் மறைமுகமாகவும் பாடம் கற்றுக்கொடுத்திருக்கிறேன், அதன்மூலம் அவர்கள் பலன் பெற்றிருக்கிறார்கள், கோபிராஜிடம் நான் முன்னேறியதைப்போல் (அல்லது, அதைவிடச் சற்று குறைவாக/ கூடுதலாக) முன்னேறியிருக்கிறார்கள், இவையெல்லாம்தான் அவருடைய உதவிக்கு என்னால் இயன்ற *Pay It Forward*-கள்.

அதே நேரம், நான் இதையெல்லாம் வலியச் சென்று செய்யவில்லை, அல்லது இப்படிச் செய்யவேண்டும் என்று தனியே மெனக்கெட்டுச் செய்யவில்லை. அதையும் என்னுடைய வேலையின் ஒரு பகுதியாகத்தான் நினைத்தேன், நினைக்கிறேன். அந்தவிதத்தில், இவற்றை உதவியாகக்கூடக் கருத இயலாது, கொடுத்த காசுக்குக் கூவியிருக்கிறேன், அவ்வளவுதான்.

இந்தக் கோணத்தில் பார்க்கும்போதுதான் கோபிராஜ் என் மனத்தில் மிகுந்த உயரத்துக்குச் செல்கிறார். அவர் எனக்குச் செய்த உதவியைச் செய்திருக்கவேண்டிய அவசியமே அவருக்கு இல்லை, நிறுவனத்திலிருந்து வெளியேறுவது என்று தீர்மானித்தபின், மீதமிருந்த ஒரு மாதத்தை ஜாலியாக *Farewell Party*களுக்குச் சென்றுவருவதில் கழித்திருக்கலாம், தன்னுடைய இடத்தில் இன்னொரு சீனியரை வரவழைத்து அவரிடம் என்னை ஒப்படைத்துவிட்டுக் கிளம்பியிருக்கலாம். அது எந்தவிதத்திலும் தவறாகவோ, கடமையில் குறை வைத்ததாகவோ ஆகாது.

ஆனால், கோபிராஜ் தன்னுடைய 'கடமை'யை இன்னும் சற்று அகலமாக வரையறுத்துக்கொண்டுவிட்டார். சாலையில் கிடந்த முள்ளை மிதிக்காமல் தாண்டிச் செல்வதுடன் நின்றுவிடாமல், அந்த முள்ளை ஓரமாக எடுத்துப் போடுகிற ஒருவரைப்போல், தானே வகுத்துக்கொண்ட அந்தக் கூடுதல் பொறுப்பை நிறைவேற்றிவிட்டார்.

ஒருவேளை, கோபிராஜ் இந்தக் கட்டுரையைப் படித்தால், நான் யார் என்பதுகூட அவருக்கு நினைவுக்கு வருவது சிரமம் என்று நினைக்கிறேன். பல ஆண்டுகளுக்குமுன்னால்

எப்போதோ அவருடன் பணியாற்றிய, எந்தவிதத்திலும் அவருக்கு ஏதும் செய்திராத ஒருவனை அவர் ஏன் நினைவில் வைத்துக்கொள்ளவேண்டும்? அப்படியே அவருக்கு என்னை நினைவிருந்தாலும், 'இதெல்லாம் பெரிய உதவியா, உனக்குத் திறமை இருந்தது, மேலே வந்தே, நான் என்ன செஞ்சேன்?' என்றுதான் பெருந்தன்மையோடு சொல்வாராக இருக்கும். மழை மேகத்துக்குச் செடிகளை நினைவிருக்காது, செடிகளாலோ மேகத்தை ஒருநாளும் மறக்கமுடியாது!

இன்றைக்குப் புதிதாகத் தொழில் நிறுவனங்களுக்குள் நுழைகிற ஒருவருக்கு, கோபிராஜைப்போல் ஒரு சீனியர், வழிகாட்டி, நலன்விரும்பி, பயிற்சியாளர் அமைவது மிகக் கடினம். ஏனெனில், ஒரு நிறுவனம் என்னதான் அனுபவம் மிக்கோரைத் தொடர்ந்து வேலைக்குச் சேர்த்தாலும், இதெல்லாம் சம்பளத்துக்குச் செய்கிற வேலை இல்லை, மனம் ஒப்பி, விரும்பிச் செய்கிற சேவை, அந்த மனநிலை மிகச் சிலரிடம்தான் இருக்கும். ஆகவே, நூற்றில் ஒருவருக்கு, அல்லது இருவருக்கு அப்படிப்பட்ட வாய்ப்பு அமையலாம். மீதமுள்ள 98 பேரும் என்ன செய்வார்கள்?

★

முதல் வேலைக்கான அப்பாயின்ட்மென்ட் ஆர்டருடன் ஒரு பெரிய/நடுத்தர/சிறிய நிறுவனத்தில் நுழைகிற புதியவர் ஒருவருடைய வளர்ச்சிக்கு யார் பொறுப்பு?

பிறந்த குழந்தைக்குப் பால் கொடுத்து, பின்னர் மற்ற உணவுகளை, பாதுகாப்பான சூழலை அளித்து, அடிப்படை விஷயங்களைக் கற்றுத்தருவதற்குத் தாயும் தந்தையும் உறவினர்களும் சமூகமும் தேவைப்படுகிறது. பின்னர், ஆசிரியர்கள் அந்தக் குழந்தையின் அறிவைப் பரவலாக்குகிறார்கள், சமூகம் இன்னும் விரிவான ஒரு பங்களிப்பைச் செய்கிறது. அதன்பிறகு, ஒவ்வொருவரும் தங்களுடைய வட்டத்தைத் தாங்களே அமைத்துக்கொள்கிறார்கள். அந்த வட்டத்தின் ஆரத்தைப் பொறுத்து அவர்களுடைய வளர்ச்சியும் முன்னேற்றமும் அமைகிறது.

இவை அனைத்தும், பணி வாழ்க்கைக்கும் *(Career)* பொருந்தும். புதிதாகச் சேர்க்கப்படுகிற ஒருவருடைய அடிப்படைத் தயாராதலுக்கு அந்த நிறுவனம் பொறுப்பேற்கும், தேவையான பயிற்சிகளை, கருவிகளை அளிப்பார்கள், வழிகாட்டக்கூடிய மூத்தோருடன் அவர்களைக் கோத்துவிடுவார்கள், மேலாளர்களோ அணித் தலைவர்களோ உடன் பணிபுரியும் மற்றவர்களோ அவர்களுடைய பணியைக் கவனித்துப்பார்த்துக் கருத்து *(Feedback)* சொல்வார்கள், இடைவெளிகள் *(Gaps)*, குறைகள் *(Defects)* ஆகியவற்றைச் சுட்டிக்காட்டுவார்கள், அவற்றைச் சரிசெய்வதற்கான வழிகளைச் சொல்லித்தருவார்கள், சரியான வாய்ப்புகளைத் தந்து ஊக்குவிப்பார்கள்.

இதையெல்லாம் நிறுவனங்கள் செய்யுமா என்பதில் சிலருக்கு ஐயம் இருக்கலாம். கண்டிப்பாகச் செய்யும் என்பதுதான் என் அனுபவம். ஏனெனில், புதியவர் ஒருவரைத் தேடித் தேர்ந்தெடுப்பது எப்பேர்ப்பட்ட நேரச்செலவு, பணச்செலவு என்பது அவர்களுக்குத் தெரியும். ஆகவே, ஏற்கெனவே உள்ளே நுழைந்துவிட்ட ஒருவர் வெற்றியடைவதற்குத் தேவையான அனைத்தையும் அவர்கள் செய்வார்கள். அப்படி ஒருவர் வெற்றியடைந்துவிட்டால் அது அவர்களுடைய அணிக்கு, ஒட்டுமொத்த நிறுவனத்துக்கும் பெரிய சொத்தாக மாறுவார், அதற்காக அவர்கள் செய்யும் முதலீடுதான் இது.

அதே நேரம், இவை அனைத்தையும் பயன்படுத்திக்கொண்டு வெற்றியடைவது, அதாவது, தன்னை ஒரு சொத்தாக மாற்றிக்கொள்வது அந்தத் தனிநபருடைய பொறுப்புதான். அவர் இதில் ஆர்வம் காட்டாவிட்டால், அல்லது அவருக்கு அந்தத் திறமையும் முனைப்பும் இல்லாவிட்டால், 'நீங்களெல்லாம் சேர்ந்து என்னை முன்னேற்றுங்கள்' என்று பிறரைக் கேட்க இயலாது. வறண்ட நிலத்தில் எந்த நிறுவனமும் விதை தூவாது.

ஆகவே, இதே காலகட்டத்தில் அவருக்கு இரட்டைப் பொறுப்புகள்: வாங்கும் சம்பளத்துக்குக் கொடுத்த வேலையைச் செய்யவேண்டும், அத்துடன், தன்னை ஒரு தொழில் வல்லுனராகத்

தொடர்ந்து முன்னேற்றிக்கொள்வதற்கான வேலைகளையும் செய்யவேண்டும், அதற்குத் தன்னைச் சுற்றியிருக்கிறவர்களை வளங்களாகப் *(Resources)* பயன்படுத்திக்கொள்ளவேண்டும். மிக முக்கியமான இந்தக் காலகட்டத்தில் நல்ல வளர்ச்சியைக் காட்டுகிறவர்கள்தான் அடுத்த நிலையில் இன்னும் பெரிய வட்டங்களைப் போடலாம், முன்னேறலாம்.

இன்னொரு விஷயம், இந்தக் கற்றல் இரண்டு, மூன்று ஆண்டுகளில் நிறைவடைந்துவிடுவதில்லை. அது ஒரு தொடர்ச்சியான பணி. அதாவது, பணி வாழ்க்கை முழுவதும் இந்த இரட்டைப் பொறுப்புகளைத் தொடர்ந்து நிறைவேற்றியபடிதான் இருக்கவேண்டும். இரண்டிலும் வெவ்வேறு திறன்களைத் தொடர்ந்து கற்றுக்கொள்ளவேண்டும், பயன்படுத்தவேண்டும், ஏதேனும் ஒன்றில் தேங்கி நின்றாலும் முன்னேறுவது சிரமம்.

என்னுடைய பணி வாழ்க்கையில் கோபிராஜில் தொடங்கிப் பல ஆசிரியர்கள் எனக்குக் கிடைத்திருக்கிறார்கள். சிறிய, பெரிய விஷயங்களை நேரடியாகவும் மறைமுகமாகவும் கற்றுத்தந்திருக்கிறார்கள், கற்றுத்தந்துகொண்டிருக்கிறார்கள். சொல்லப்போனால், நாள்தோறும் ஏதேனும் ஒரு புதியதைக் கற்கும் வாய்ப்பு என்பதுதான் என்னை அலுவலகத்துக்குத் துரத்துகிற விஷயமே.

எடுத்துக்காட்டாக, சென்ற வாரத்தில் எங்கள் நிறுவனத்தின் நிதித்துறையைச் சேர்ந்த மூத்த அலுவலர் ஒருவருடன் பேசும் வாய்ப்பு அமைந்தது. ஓரிரு கூட்டங்கள், சில மின்னஞ்சல்களில் அவர் எனக்குப் போகிறபோக்கில் கற்றுத்தந்த விஷயங்கள் ஏராளம், அந்தக் கோணங்களையெல்லாம் நான் இதற்குமுன் கற்பனைகூடச் செய்ததில்லை.

என்னுடைய வேலைக்கும் நிதித்துறைக்கும் நேரடித் தொடர்பு அவ்வளவாக இல்லை. எனினும், இதுபோன்ற கற்றல்கள் என்றைக்காவது எங்கேயாவது பயன்படும் என்கிற உறுதியான

நம்பிக்கை எனக்கு உண்டு, ஆகவே, கிடைக்கிற அனைத்தையும் மகிழ்ச்சியாக வாங்கிப் போட்டுக்கொண்டுவிடுவேன்.

இந்த விஷயத்தில் என்னுடைய அன்றாடக் கற்றுக்கொள்ளல்கள் பிறருக்கு ஏதோ ஒருவிதத்தில் பயன்படலாம் என்று நான் உணர்கிறேன். அதனால்தான், அவ்வப்போது இதழ்களிலும் இணையத்திலும் இவற்றைத் தொடர்ந்து எழுதிவருகிறேன். அதன் நோக்கம், ‘எனக்கு இதெல்லாம் தெரிகிறது, பார்’ என்று பெருமைப்பட்டுக்கொள்வது இல்லை, அவற்றைத் தெரிந்துகொள்ளும் வாய்ப்பு அமையாதவர்களுக்கு இவை பயன்படக்கூடும் என்கிற விழைவுதான்.

அப்படி நான் ஃபேஸ்புக்கில் எழுதிய சில கட்டுரைகளைப் பார்த்துவிட்டு கல்கி இதழின் ஆசிரியர் ரமணன் என்னை அழைத்தார். ‘புதுசா ஒரு நிறுவனத்தில சேர்றவங்களுக்குப் பயன்படறமாதிரி விஷயங்களைச் சுருக்கமா, அழகா, எளிமையா, எல்லாருக்கும் புரியக்கூடிய எதார்த்தமான எடுத்துக்காட்டுகளோட நம்ம கல்கிக்காக எழுதுங்களேன்’ என்றார்.

ஆகவே, அதுவரை துண்டுதுண்டாக எழுதிக்கொண்டிருந்த விஷயங்கள் பலவற்றையும் கவனமாக ஓரிழையில் கோத்து ஒரு தொடரைத் திட்டமிட்டேன். புதிய ‘பணியாளர்’ ஒருவரிடம் எதிர்பார்க்கப்படும் விஷயங்கள், அதற்காக அவர் தன்னைத் தயார்செய்துகொள்வது எப்படி, தன்னுடைய பணி வாழ்க்கையைத் திட்டமிடுவது எப்படி, வழியில் எதிர்ப்படக்கூடிய பிரச்னைகள், சாத்தியமுள்ள தீர்வுகள் ஆகியவற்றைத் தொகுத்து எழுதினேன். சிக்கலில்லாத, எளிய மொழியில் எல்லாவகை வாசகர்களுக்கும் சென்று சேரும்படி வழங்கினேன். ‘நீ உன்னை அறிந்தால்’ என்கிற தலைப்பில் கல்கியில் வெளியான இந்தத் தொடர், இளைஞர்கள், வேலை தேடுவோர், புதிதாகப் பணிக்கு வந்திருப்பவர்களிடையே மிக நல்ல வரவேற்பைப் பெற்றது.

அவரவர் முன்னேற்றம் அவரவர் கையில் என்கிற இன்றைய எதிர்பார்ப்பு பலருக்கு நியாயமற்றதாகத் தோன்றலாம். ஆனால், அவர்களுக்குக் கைகொடுக்கப் பலர் உண்டு என்பதுதான் நமக்கு நம்பிக்கை அளிக்கிறது. அந்தவிதத்தில், இந்நூல் என்னுடைய சிறு பங்களிப்பு. கோபிராஜுக்கு என்னாலான எளிய சமர்ப்பணம்.

நன்றி கோபி!

என்றும் அன்புடன்,
என். சொக்கன்,
பெங்களூரு.
Web: http://www.nchokkan.com/
Email: nchokkan@gmail.com

1

சரவணனுக்குப் ப்ரொக்ராமிங் என்றால் மிகவும் விருப்பம். கணினிமுன்னால் அமர்ந்தால் மணிக்கணக்கில் எழுந்து வரமாட்டான். சாப்பாடு, தூக்கம், எல்லாம் அங்கேயேதான், கழிப்பறைக்குச் செல்லும்போதுகூட லாப்டாப்புடன் கிளம்பிச்செல்கிற பேர்வழி.

பள்ளியில் படித்துக்கொண்டிருந்தபோதே அவன் சில இணையதளங்களை உருவாக்கியிருந்தான்; கல்லூரியில் சில நண்பர்களுடன் சேர்ந்து தனிப்பட்டமுறையில் மென்பொருள்களை எழுதிப் பணம் சம்பாதித்தான்; ஹாக்கத்தான் எனப்படும் ப்ரொக்ராமிங் போட்டிகளில் கலந்துகொண்டு பரிசுகளைக் குவித்தான்.

இப்படிப்பட்ட திறமைசாலியை நிறுவனங்கள் விடுமா? கல்லூரிக்குள் ஒன்று, வெளியில் இரண்டு என மூன்று பெரிய நிறுவனங்கள் அவனுக்குப் பணிநியமனக் கடிதங்களைக் கொடுத்தன, 'உனக்கு என்ன சம்பளம் வேணுமோ சொல்லு, நாங்க ஏற்பாடு பண்றோம்' என்று காதைக்கடித்தன.

அதைப்பார்த்து ஒருவர் என்றால் ஒருவர்கூடப் பொறாமைப்படவில்லை. 'அவனோட திறமைக்கு இதெல்லாம்

கம்மி' என்று பாராட்டத்தான் செய்தார்கள், 'வருங்காலத்துல ஏதாவது ஒரு பெரிய சாஃப்ட்வேர் கம்பெனிக்குத் தலைவரா வருவான், இல்லாட்டி இவனே ஒரு கம்பெனியை ஆரம்பிச்சு உயரத்துக்குக் கொண்டுபோவான்' என்றுதான் எல்லாரும் அவனைப்பற்றிக் கணித்துக்கொண்டிருந்தார்கள்.

சரவணன் அந்தப் பணிநியமனக் கடிதங்களை நன்கு ஆராய்ந்தான். பணமோ வசதிகளோ அவனுக்குப் பெரிய விஷயமாகத் தோன்றவில்லை. இருப்பதில் எந்த நிறுவனத்தில் சேர்ந்தால் தன்னுடைய திறமைக்கு நல்ல தீனி கிடைக்கும் என்றுதான் அவன் சிந்தித்தான். சிக்கலான, எளிதில் தீர்க்க இயலாத பிரச்னைகளைத் தருகிற ஒரு நிறுவனத்தைத் தேர்ந்தெடுத்துச் சேர்ந்தான்.

அந்த நிறுவனம் சரவணனை மிகச்சிறப்பாகக் கவனித்துக் கொண்டது. புதிதாகக் கல்லூரியிலிருந்து வருகிற நிரலாளர்களுக்கு மற்ற நிறுவனங்கள் தருவதைவிட ஒன்றரை மடங்கு அதிகச் சம்பளம், தொலைபேசி, இணையம், அலுவலகத்துக்குச் சென்றுவருவதற்கு கார் வசதி, அலுவலகத்துக்குள் இலவச உணவு, நொறுக்குத்தீனிகள், அதையெல்லாம் உண்டபின் கரைப்பதற்காக ஜிம், நீச்சல்குளம், யோகாசனம், அவ்வப்போது வெளிநாட்டுப் பயணங்கள் என்று ராஜவாழ்க்கைதான்.

சரவணன் எதிர்பார்த்ததுபோலவே, அங்கு அவனுக்கு மிக நல்ல சவால்களும் கிடைத்தன. அவனுடைய திறமையைப் பயன்படுத்திக்கொள்வதற்குச் சிறந்த வாய்ப்புகள் அமைந்தன. நிறுவனத்தினுள்ளிருக்கும் பயிற்சிகளைப் பயன்படுத்திக்கொண்டு மளமளவென்று மேலே வந்தான். சில வாரங்களுக்குள் சொந்தமாகச் செயல்படத் தொடங்கிவிட்டான்.

ஆறு மாதங்களுக்குப் பிறகு ஒருநாள், அந்த நிறுவனத்தில் பணிபுரிகிற எல்லாருடைய அரையாண்டுச் செயல்திறனும் மதிப்பிடப்படுகிற *Performance Appraisal* நேரம். சரவணனைத் தனியறைக்கு அழைத்து விசாரித்தார் அவனுடைய மேலாளர் கணேஷ்குமார், 'எல்லாம் எப்படிப் போய்க்கிட்டிருக்கு?'

'சூப்பர் கணேஷ்' என்றான் சரவணன்.

கணேஷ்குமார் ஒருமுறை தன்னுடைய மடிக்கணினியைப் பார்த்துக்கொண்டார். பின்னர் கொஞ்சம் தயக்கத்துடன், 'சரவணன், உங்க வொர்க்ல எங்களுக்கு எந்தப் பிரச்னையும் இல்லை; வழக்கமா புது எஞ்சினியர்கள் செய்யறதைவிட இந்த ஆறுமாசத்துல நீங்க பலமடங்கு சிறப்பா செஞ்சிருக்கீங்க' என்றார். 'ஆனா...'

சரவணனுடைய முகம் சட்டென்று மாறியது. அவன் இந்த 'ஆனா'வைச் சிறிதும் எதிர்பார்த்திருக்கவில்லை.

ஏனெனில், அவன் பள்ளி, கல்லூரியில் இருந்தபோது எதற்காகக் கனவுகண்டானோ அந்த வாழ்க்கை கண்முன்னே அமைந்திருக்கிறது. ஆகவே, தன்னுடைய திறமைமுழுவதையும் வேலையில் கொட்டியிருந்தான் அவன். மற்ற புதியவர்கள் ஒருமாதத்தில் கற்றுக்கொள்கிற விஷயங்களையெல்லாம் பத்தேநாளில் கற்றுக்கொண்டு முன்னேறியிருந்தான். இந்த ஆறுமாதத்தில் அவன் பணியாற்றிய ப்ராஜெக்ட்களும் தரத்தில், நேரத்தில் எந்தப் பிரச்னையும் இல்லாமல் நிறைவடைந்திருந்தன. இத்தனைக்குப்பிறகும் கணேஷ்குமார் 'ஆனா...' என்று இழுப்பதற்கு என்ன காரணம் இருக்கமுடியும்?

சரவணனைப் போன்றோர் எல்லாப் பெரிய நிறுவனங்களிலும் இருக்கிறார்கள்; சொல்லப்போனால், அந்த நிறுவனங்களின் இதயமே இவர்கள்தான். அளவற்ற ஆர்வம், திறமை, இளமையின் விரைவு, துடிப்பு, சாதிக்கவேண்டும் என்கிற விழைவு, எதிர்காலத்தை இன்னும் சிறப்பாக அமைத்துக்கொள்கிற ஆசை என அனைத்தும் சேர்ந்து இவர்களைச் செலுத்துகின்றன, மற்றவர்கள் ஒன்றைச் செய்யலாமா என்று சிந்திக்கிற நேரத்தில் இவர்கள் நான்கைச் செய்துவிடுகிறார்கள். ஒருவேளை அதில் ஒன்றிரண்டு தவறாகிவிட்டாலும், அதிலிருந்து பாடம் கற்றுக்கொண்டு முன்னேறுகிறார்கள்.

அதேசமயம், திறமை, உழைப்போடு இன்னொரு முக்கியமான

விஷயமும் தங்களுடைய வளர்ச்சிக்குத் தேவை என்பதை இவர்கள் அறிந்திருப்பதில்லை: சுற்றியிருக்கிற பிறரோடு நல்லுறவு.

தொழில்நுட்பம் நம்மை மேலும்மேலும் தனிமைக்குத் தள்ளிக்கொண்டிருக்கிறது; பேருந்தில், ரயிலில், உணவகங்களில், ஏன், வீட்டில்கூட செல்ஃபோன் திரையில் மூழ்கிவிட்டால் படிப்பதற்கு, பார்ப்பதற்கு, கேட்பதற்கு, பேசுவதற்கு ஒரு பெரிய டிஜிட்டல் உலகமே இருக்கிறது, சுற்றியுள்ளவர்களைப் பொருட்படுத்தவேண்டிய தேவையே இல்லை.

ஆனால், அலுவலகப்பணி என்பது அப்படியில்லை. அது ஊரே சேர்ந்து இழுக்கிற தேர். ஒருவர் எப்பேர்ப்பட்ட திறமைசாலியாக இருந்தாலும் சரி, தனியாளாக எதையும் சாதிக்க இயலாது, அப்படியே சாதித்தாலும் அது நெடுநாள் நீடிக்காது, குழுவாகச் சேர்ந்து செய்கிறபோதுதான் அதன் அளவும் தாக்கமும் பலமடங்கு பெருகும்.

கணினித்துறையில் மட்டுமில்லை, எந்தவொரு துறையை எடுத்துக்கொண்டாலும் சரி, மிகப்பெரிய சாதனையாளர்கள் அனைவரோடும் ஒரு குழுவே வேலைசெய்திருக்கும். அந்தக் குழுவுக்கு அவர்கள் தலைவர்களாக இருக்கலாம், *Lion's Share* எனப்படும் முக்கியப் பணியைச் செய்திருக்கலாம், ஆனால், பிறரோடு கலந்துபழகுகிற, அரவணைத்துச்செல்கிற, அவர்களுடைய பலவீனங்களைத் தான் நிரப்பி, தன்னுடைய பலவீனங்களைச் சரிசெய்வதற்கு அவர்களுடைய உதவியைப் பயன்படுத்திக்கொண்டு முன்னேறுகிற திறமையோடுதான் அவர்கள் வளர்ந்திருப்பார்கள்.

ஒருவேளை, அவர்கள் அப்படிப் பிறருடைய உதவியின்றி தன்னந்தனியாக முன்னேறியவர்கள் என்று வைத்துக்கொண்டால்கூட, அவர்கள் சிறுபான்மையினராகதான் இருப்பார்கள். மிஞ்சிப்போனால் 1%. மீதமுள்ள 99% பேர் கைகோத்துக்கொண்டுதான் முன்னேறுவார்கள், அதுதான் சமூகத்தின் இயல்பு.

ஆக, சரவணனைப்போன்ற திறமையாளர்கள், உழைப்பாளர்கள், நல்ல எதிர்காலம் இருக்கும் இளைஞர்கள் பிறரோடு சேர்ந்து பழகுகிற, வேலைசெய்கிற நுட்பங்களைக் கற்றுக்கொண்டால் இன்னும் விரைவாகவும் முழுமையாகவும் வளரலாம். இதைப் புத்தகங்களில் படித்துத் தெரிந்துகொள்ள இயலாது, களத்தில் இறங்கி அனைவருடனும் பழகினால்தான் விஷயம் புரியும், அந்த இனிமை பழகிவிட்டால், இது வெறுமனே கடமைக்குச் செய்கிற விஷயமாக இருக்காது, ஆத்மார்த்தமாகச் செயல்படலாம், நமக்கென்று ஓர் உண்மையான நட்பு வட்டத்தையும் சேர்த்துக்கொள்ளலாம், எந்திரத்தனமான வாழ்க்கையில் மனிதத்தன்மை சேரும்.

★★★

2

சிறுவயதில் 'நரியும் கொக்கும்' என்றொரு கதையைப் படித்ததுண்டா?

இளைஞர்களுக்கான புத்தகத்தில் சிறுவர் கதை எதற்கு என்று யோசிக்கிறீர்களா? காரணம் இருக்கிறது. அதைத் தெரிந்துகொள்வதற்குமுன்னால், அந்தக் கதையைச் சுருக்கமாகப் பார்த்துவிடுவோம்.

காட்டில் ஒரு நரியும் ஒரு கொக்கும் நல்ல நண்பர்களாக இருந்தன. எந்நேரமும் மகிழ்ச்சியாகப் பேசிச் சிரித்தன, ஆங்காங்கே சுற்றித்திரிந்தன.

ஒருநாள், 'எங்க வீட்டுக்குச் சாப்பிடவாயேன்' என்று நரியை அழைத்தது கொக்கு. 'நான் உனக்குச் சுவையான சூப் தயாரிச்சுத்தர்றேன்.'

இதைக்கேட்ட நரிக்கு நாவில் எச்சில் ஊறியது. 'கண்டிப்பா வர்றேன்!' என்றது.

சொன்னபடி சுவையான சூப்பைத் தயாரித்தது கொக்கு. அதைக் கழுத்து நீண்ட இரண்டு பாத்திரங்களில் பரிமாறியது.

கொக்கின் அலகு மிகவும் நீண்டது; ஆகவே, அது இந்தப் பாத்திரத்துக்குள் அலகை நுழைத்து எளிதாகச் சூப்பைக் குடித்துவிட்டது. ஆனால், நரியால் அப்படிக் குடிக்க இயலவில்லை. பசியோடு வீடு திரும்பியது.

மறுநாள், கொக்கைத் தன் வீட்டுக்கு விருந்துக்கு அழைத்தது நரி. அதுவும் சுவையான சூப்பைத் தயாரித்தது. ஆனால், அதை அகன்ற இரண்டு பாத்திரங்களில் பரிமாறியது.

நீண்ட அலகையுடைய கொக்கால் அகண்ட பாத்திரத்திலிருந்த சூப்பைக் குடிக்க இயலவில்லை. நரியோ அதை எளிதாகக் குடித்துவிட்டது.

இந்தக் கதை சொல்லும் நீதி மிக எளிமையானது: எப்போதும் எதையும் நம் கோணத்திலிருந்துமட்டும் பார்த்தால் போதாது; மற்றவர்களை, குறிப்பாக, நம்மிடமிருந்து மாறுபட்டிருக்கிறவர்களையும் கவனிக்கவேண்டும்; அவர்களுடைய கோணத்திலிருந்தும் சிந்தித்துச் செயல்படவேண்டும்.

நம்முடைய பணியிடங்களில் எல்லாரும் ஒரேமாதிரிதான் இருக்கவேண்டும் என்று எந்தக் கட்டாயமும் இல்லை. நரியைப்போல் கொக்கைப்போல் உடலளவில் மாறுபட்டிருக்கா விட்டாலும், மனத்தளவில், வேலைசெய்கிற தன்மையில் அவர்கள் வேறுபட்டிருப்பார்கள்.

எடுத்துக்காட்டாக, ஒரே வேலையைச் செய்கிற இருவரில் ஒருவர் மிக நிதானமாக அதை அணுகக்கூடும்; இன்னொருவர் சட்டென்று களத்தில் குதித்து வேலையைச் செய்யத் தொடங்கிவிடக்கூடும். இவர்கள் ஒருவரையொருவர் புரிந்துகொள்ளாவிட்டால் என்ன ஆகும்?

நிதானமாகப் பணியாற்றுகிறவர் விரைவுப்பேர்வழியைப் பார்த்து முகம் சுளிப்பார், 'என்ன அவசரம்? வேலையைத் தெளிவாப் புரிஞ்சுகிட்டு அதுக்கப்புறம் தொடங்கக்கூடாதா?' என்பார்.

மறுபக்கம், அந்த விரைவுப்பேர்வழி இந்த நிதானப்பேர்வழியைக் கேலிசெய்வார், 'என்னய்யா நத்தைமாதிரி ஊர்ந்துவர்றே?' என்பார், 'இதோ, என்னைப்பாரு, மான்மாதிரி துள்ளிக்குதிச்சுப் பாதி தூரம் ஓடிட்டேன்!'

இந்த இருவரில் யார் சரி, யார் தவறு என்கிற சிந்தனையே பிழையானது. இருவரும் இருவேறு அணுகுமுறைகளைப் பின்பற்றுகிறார்கள் என்பதுதான் உண்மை.

ஓர் அலுவலகத்தில் ஆண்கள், பெண்கள், இளைஞர்கள், நடுத்தரவயதினர், முதியவர்கள், இந்தியப் பண்பாட்டில் வளர்ந்தவர்கள், மேற்கத்தியப் பண்பாட்டை ஏற்றுக்கொண்டவர்கள், கிராமத்திலிருந்து வந்தவர்கள், நகரத்தில் பிறந்து வளர்ந்தவர்கள், மாற்றுத்திறனாளிகள், வெவ்வேறு மொழிகளைப் பேசுகிறவர்கள், வாழ்க்கையை அனுபவிக்க விரும்புகிறவர்கள், பணம் சேமிக்க விரும்புகிறவர்கள், வேறுபட்ட பாலியல் விழைவுகளைக் கொண்டவர்கள், சிறிய, நடுத்தர, பெரிய மனநலக்குறைபாடுகளைக் கொண்டவர்கள் எனப் பலவிதமானவர்கள் இருப்பார்கள். திறமையுள்ள அனைவருக்கும் அங்கு இடமுண்டு.

இதனால், அந்த அலுவலகத்தினுள் புதிதாக நுழைகிற நாம் முதலில் இந்தப் பன்முகத்தன்மையைப் புரிந்துகொள்ளவேண்டும். எல்லாரும் நம்மைப்போல் இருப்பார்கள் என்று எண்ணிவிடக்கூடாது, அப்படி இல்லாதவர்களைக் குறைத்து மதிப்பிடக்கூடாது.

சொல்லப்போனால், இந்தப் பன்முகத்தன்மைதான் ஒரு நிறுவனத்துக்கு வலிமையைக் கொடுக்கிறது. நிதானமாகச் செயல்படுகிறவர் விரைவாக ஓடுகிறவருக்குச் சிந்தனையின் முக்கியத்துவத்தைக் கற்றுத்தருவார், அதேபோல், விரைவாக ஓடுகிறவர் நிதானப்பேர்வழியின் வேகத்தையும் செயல்திறனையும் பெருக்குவார். இதனால் இருவருக்கும் நன்மை, இவர்கள் இருக்கிற குழுவுக்கும், நிறுவனத்துக்கும் நன்மை.

இதற்குச் சிறந்த எடுத்துக்காட்டாக, இந்தியக் கிரிக்கெட் அணியைச் சொல்லலாம். அதிரடியாக விளாசித்தள்ளுகிறவர்கள், நிதானமாக மட்டுமே விளையாடுகிறவர்கள், இந்த இரண்டையும் சமநிலைப்படுத்துகிறவர்கள் என எல்லாவிதமானவர்களும் சேர்ந்து அணிக்கு வெவ்வேறு வழிகளில் வலுவூட்டுகிறார்கள்.

ஆகவே, நாம் பன்முகத்தன்மையை விரும்பி வரவேற்கவேண்டும்; நம்மைப்போலன்றி வேறுவிதமாகச் செயல்படுகிறவர்களிடமிருந்து கற்றுக்கொள்ளவேண்டும்; அவர்களுடைய தன்மையை, எதிர்பார்ப்புகளைப் புரிந்துகொண்டு அதற்கேற்ப அவர்களுடன் பழகவேண்டும், பிறருக்கும் இதைச் சொல்லித்தரவேண்டும்.

எடுத்துக்காட்டாக, அலுவலகத்தில் ஒரு கூட்டம்; ஐந்துபேர் கலந்துகொள்கிறார்கள்; அதில் நால்வர் படபடவென்று பேசுகிறவர்கள், இன்னொருவர் சற்று சிந்தித்துப்பார்த்துப் பதில்சொல்கிறவர்.

இதனால், அரைமணி நேரக் கூட்டத்தில் அந்த நான்குபேரும் தொடர்ந்து பேசிக்கொண்டே இருக்கிறார்கள். அவர்களுடைய குரல்தான் உரக்கக்கேட்கிறது. இதைப் பார்த்த அந்த ஐந்தாவது நபர் இன்னும் அமைதியாகிவிடுகிறார், தான் சொல்ல நினைப்பதைக்கூடச் சொல்வதில்லை.

இதுபோன்ற சூழ்நிலையில் நீங்கள் அந்த நான்குபேரில் ஒருவராக இருந்தால், நமக்கேற்ற ஆட்கள் கிடைத்தார்கள் என்று தொடர்ந்து பேசிக்கொண்டே இருப்பது சரியாகாது. அந்த ஐந்தாவது நபர் ஏன் அமைதியாக இருக்கிறார் என்று யோசிக்கவேண்டும். பேச்சை நிறுத்திவிட்டு, ‘சார், நீங்க என்ன நினைக்கறீங்க?’ என்று அவரைக் கேட்கவேண்டும். அவர் சட்டென்று பேசாவிட்டாலும், பொறுமையிழக்காமல் காத்திருக்கவேண்டும். மற்றவர்கள் அவசரப்பட்டுப் பேச முனைந்தால், ‘கொஞ்சம் பொறுங்க, அவர் என்ன சொல்றார்ன்னு கேட்போம்’ என்று சொல்லவேண்டும்.

இதன்மூலம், உங்களுடைய பணியிடத்தின் பன்முகத்தன்மையை

நீங்கள் புரிந்துகொள்கிறீர்கள்; அதில் எல்லாரும் பங்கேற்பதற்கான சூழலை உருவாக்கித்தருகிறீர்கள்; உங்களைப்போல் அல்லாத பிறரிடமிருந்தும் கற்றுக்கொள்கிறீர்கள்.

1974ம் ஆண்டு, டாடா குழுமத்தைச் சேர்ந்த டெல்கோ நிறுவனத்தின் தொழிற்சாலையொன்றுக்குச் சில பொறியாளர்கள் தேவைப்பட்டார்கள். அதற்காக அவர்கள் ஒரு விளம்பரம் வெளியிட்டார்கள். அதில் இந்த வரிகள் இடம்பெற்றிருந்தன: "பெண்கள் இந்த வேலைக்கு விண்ணப்பம் அனுப்பவேண்டாம்."

இதைக் கண்ட ஒரு பெண் சினம்கொண்டார், இதுபற்றி டாடா குழுமத்தின் முதன்மைத் தலைவரான ஜேஆர்டி டாடாவுக்கே நேரடியாகக் கடிதம் எழுதிவிட்டார், "உங்கள் விளம்பரத்தில் பெண்கள் விண்ணப்பம் அனுப்பவேண்டாம் என்று குறிப்பிட்டிருப்பது ஏன்? எங்களிடம் திறமை இல்லையா? உங்கள் நிறுவனம் இப்படிப் பெண்களுக்கு ஓரவஞ்சனை செய்யலாமா?"

சில நாட்களில் அவருக்கு ஒரு தந்தி வந்தது: 'நீங்கள் உடனடியாக நேர்முகத்தேர்வுக்குப் புறப்பட்டு வாருங்கள்!'

நேர்முகத்தேர்வில் கேட்கப்பட்ட எல்லாக் கேள்விகளுக்கும் அந்தப் பெண் மிகச்சிறப்பாகப் பதில் சொன்னார். ஆனாலும், தொழிற்சாலை அலுவலர்கள் அவரைத் தேர்ந்தெடுக்க முன்வரவில்லை, 'இந்தத் தொழிற்சாலையில் பெண்கள் யாருமே இல்லையே!' என்று தயங்கினார்கள்.

'இருக்கலாம் சார், ஆனால், எதற்கும் ஒரு தொடக்கம் வேண்டுமில்லையா?' என்றார் அந்தப் பெண், 'நீங்கள் இப்படித் தயங்கிக்கொண்டே இருந்தால், உங்கள் தொழிற்சாலையில் எப்போதும் எந்தப் பெண்ணும் நுழைய இயலாது!'

அவருடைய வாதத்திலிருந்த நியாயத்தைத் தொழிற்சாலை அலுவலர்கள் புரிந்துகொண்டார்கள். அவரை அந்தப் பணிக்குத் தேர்ந்தெடுத்தார்கள். அதன்மூலம் ஒரு மிகப்பெரிய மாற்றத்தைத் தொடங்கிவைத்தார்கள்.

அந்தப் பெண்ணின் பெயர் சுதா குல்கர்னி, பின்னர் நாராயணமூர்த்தியை மணந்து ‘சுதா மூர்த்தி’ ஆனார். தொழில்துறையிலும் சமூக சேவையிலும் சிறந்துவிளங்கி, நல்ல எழுத்தாளராகவும் புகழ்பெற்றிருக்கிறார். முன்னேற விரும்பும் பல பெண்களுக்கு லட்சிய பிம்பமாக இருக்கிறார்.

அன்றைக்குச் சுதா சந்தித்தது, ஆண், பெண் என்கின்ற பாலின அடிப்படையிலான ஓரவஞ்சனை. இதேபோல் இன்னும் பலவிதமான ஓரவஞ்சனைகள் நம்முடைய அலுவலகங்களில் இன்னும் இருக்கின்றன. அவற்றைப் போக்குவதற்கான வழி, நாம் நம்முடைய மனத்தைத் திறந்துவைக்கவேண்டும், எல்லாவிதமானவர்களையும் புரிந்துகொள்ளவேண்டும், ஒவ்வொருவருடைய தன்மையை உணர்ந்து அவர்களுடன் கரங்கோத்துச் செயல்படத் தயாராக இருக்கவேண்டும்.

★★★

3

கல்லூரியின் கடைசி நாள், கடைசித் தேர்வை எழுதிமுடித்தபின் என்ன நினைத்தீர்கள்?

'அப்பாடா, இனிமே பாடப்புத்தகங்களைக் கட்டிக்கிட்டுத் திரிய வேண்டியதில்லை' என்று மனத்துக்குள் துள்ளிக்குதித்தீர்களா? திரைப்படங்களில் வருவதுபோல் 'நோ பரீட்சை, நோ மார்க்ஸ், நோ ரிசல்ட், நோ டென்ஷன், விடுதலை, விடுதலை...' என்று ஆனந்தமாகக் கத்தினீர்களா?

உங்களுடைய மகிழ்ச்சி பலூனை உடைப்பதற்கு மன்னியுங்கள்; கற்றலுக்கு எதிரான இந்த மனநிலையைத் தூக்கிப்போட்டால்தான் உங்களால் பெருநிறுவன உலகில் முன்னேறமுடியும்.

அதற்காக, உங்களை நாள்தோறும் தேர்வெழுதச்சொல்லவில்லை. அதேசமயம், கற்றலுக்கு முற்றுப்புள்ளியே கிடையாது என்ற மனநிலை உங்களுக்கு வேண்டும்; தொடர்ந்து கற்றுக்கொண்டே இருக்கவேண்டும் என்ற ஆர்வமும் முனைப்பும் இருக்கவேண்டும்; அவ்வாறு கற்றுக்கொண்டவற்றைத் தொகுத்துப் பயன்படுத்திக்கொள்கிற திறமையும் இருக்கவேண்டும்.

காரணம், இன்றைய தொழிலுலகம் தொடர்ந்து மாறிக்கொண்டே இருக்கிறது. புதிய தொழில்நுட்பங்கள் அறிமுகமாகின்றன, மக்களுடைய எதிர்பார்ப்புகள் மாறுகின்றன, போட்டியாளர்கள் புதுப்புதுச் சந்தைகளை, தயாரிப்புகளை அறிமுகப்படுத்துகிறார்கள், ஒவ்வொரு நிறுவனமும் பல நாடுகள், மொழிகள், கலாசாரங்களில் செயல்படவேண்டிய சூழ்நிலை இருக்கிறது.

ஆகவே, இந்த நிறுவனங்களில் பணிபுரிகிற நாம் ஒரேமாதிரி சிந்தனையோடு செயல்பட்டுக்கொண்டிருக்கமுடியாது, ஒரேமாதிரி திறமைகளோடு ஓய்வுபெறும்வரை காலந்தள்ளமுடியாது, அவ்வப்போது நம்மை மாற்றிக்கொள்ளவேண்டும், அதற்கு, தொடர்ந்து கற்கின்ற திறமை வேண்டும்.

எடுத்துக்காட்டாக, மென்பொருள் வல்லுனர் ஒருவர், புகழ்பெற்ற நிரல்மொழியொன்றில் சிறந்துவிளங்குகிறார்; பல ஆண்டுகளாக அந்த நிரல்மொழியை அவர் ஆழமாகப் பயின்றிருக்கிறார், அதைப் பயன்படுத்திப் பல சிறந்த மென்பொருள்களை உருவாக்கியுள்ளார்; இதனால், அவருடைய நிறுவனத்தில் அவருக்கு மிக நல்ல பெயர்.

இப்படி அவர் அந்த நிரல்மொழியில் பழம்தின்று கொட்டைபோட்டுக்கொண்டிருந்த நேரத்தில், மென்பொருள் சந்தையில் பல மாற்றங்கள். வேறொரு சிறப்பான நிரல்மொழி படிப்படியாக முன்னேறுகிறது, இந்தப் பழைய நிரல்மொழியை நகர்த்திவிட்டு அந்த இடத்தில் அமர்ந்துகொள்கிறது.

ஒருவேளை, இந்த மென்பொருளாளர் இதையெல்லாம் கவனிக்காமல் தன்னுடைய வேலையில்மட்டும் கவனமாக இருந்தால், 'எனக்கு நன்றாகத் தெரிந்த இந்த நிரல்மொழியைத்தவிர வேறெதையும் நான் ஏறெடுத்தும் பார்க்கமாட்டேன்' என்று பிடிவாதம்பிடித்தால், அவரைவிட முட்டாள் யாருமில்லை.

அப்படியானால், 'ஃபிகரைப் பார்த்ததும் ஃப்ரெண்டைக் கழற்றிவிடறான்' என்று விவேக் சொல்வதுபோல், புதிய

தொழில்நுட்பம் வந்ததும் பழைய தொழில்நுட்பத்தைக் கழற்றிவிட்டுக் கட்சிமாறிவிடவேண்டுமா?

அவசியமில்லை. அதேசமயம், நம்மைச்சுற்றி நிகழ்ந்துகொண்டிருக்கிற பழையன கழிதலையும் புதியன புகுதலையும் நாம் கவனிக்காமல் இருந்துவிடக்கூடாது. நம்முடைய தொழில்துறை என்னமாதிரியான மாற்றங்களைச் சந்தித்துக்கொண்டிருக்கிறது, புதிதாக அறிமுகமாகும் விஷயங்கள் எப்படிப்பட்ட வரவேற்பை, எதிர்ப்பைச் சந்திக்கின்றன, அவற்றின் தாக்கம் எப்படி இருக்கிறது, மக்கள் அவற்றை எந்த அளவுக்கு ஏற்றுக்கொள்கிறார்கள், அல்லது மறுக்கிறார்கள் என்றெல்லாம் தெரிந்துகொள்ளவேண்டும், அதன் அடிப்படையில்தான் எங்கு முதலீடுசெய்வது என்று தீர்மானிக்கவேண்டும்.

இங்கு முதலீடு என்பது, பண முதலீடு இல்லை, நேர முதலீடு.

அலுவலகத்தில் பணியாற்றுகிற நீங்கள் உங்களுக்கு வழங்கப்பட்டிருக்கும் வழக்கமான வேலைகளைச் செய்வதுடன், புதியவற்றைக் கற்றுக்கொள்ளவும் நேரம் ஒதுக்கவேண்டும். இந்தக் கூடுதல் முதலீடுதான் உங்களைத் தொடர்ந்து முன்னணியில் வைக்கும்.

சில தலைமுறைகளுக்கு முன்புவரை, ஒருவர் ஒரே ஒரு திறமையை வைத்துக்கொண்டு ஓய்வுபெறும்வரை சம்பாதிக்கலாம். புதிதாகக் கற்கவேண்டும், அறிவை விரிவாக்கிக்கொள்ளவேண்டும் என்றெல்லாம் எந்தக் கட்டாயமோ அவசியமோ இல்லை.

ஆனால் இப்போது, ஆண்டுக்கு ஆண்டு, சொல்லப்போனால் மாதத்துக்கு மாதம் புதிய சவால்கள் வருகின்றன. சந்தையில் புதிதாக அறிமுகமாகும் விஷயங்களோடு, பழைய, ஆனால் நாம் இதற்குமுன் சந்தித்திராத விஷயங்களையும் நாம் கற்றுக்கொள்ளவேண்டும். அதுவும் விரைவாக, சிறப்பாக.

எதைக் கற்பது? எப்படிக் கற்பது?

சில நேரங்களில், எதைக் கற்பது என்று பிறர் நமக்குச் சொல்லித்தருவார்கள். எடுத்துக்காட்டாக, அதே நிறுவனத்தில் அல்லது தொழில்துறையில் பணிபுரிகிற மூத்தவர்கள், மேலதிகாரிகள், துறைசார்ந்த வல்லுனர்கள் 'இதையெல்லாம் தெரிஞ்சுகிட்டா நல்லது' என்று நமக்கு வழிகாட்டுவார்கள். அல்லது ஏதேனும் ஒரு புதிய வேலையை நமக்கு வழங்கும்போது, 'இந்த வேலையைச் செய்யணும்னா இதெல்லாம் தெரிஞ்சிருக்கணும்' என்று நேரடியாகச் சொல்லிவிடுவார்கள்.

ஆனால், இந்த வழிகாட்டுதல் எப்போதும் கிடைக்கும் என்று சொல்ல இயலாது. கொஞ்சம்கொஞ்சமாக நாமே அந்த அறிவை வளர்த்துக்கொள்ளவேண்டும். அதாவது, அடுத்து என்ன தெரிந்துகொள்ளலாம் என்பதை நாமே தீர்மானிக்கவேண்டும். அதற்கு, நம்முடைய கண்களை, காதுகளை, மூளையைத் திறந்துவைக்கவேண்டும், நம்முடைய, நம் நிறுவனத்துடைய எதிர்காலத்துக்கு நல்லது என்று தோன்றுகிற பல விஷயங்களை முயன்றுபார்க்கவேண்டும். அவற்றுள் எவையெல்லாம் சரிப்படுகின்றனவோ அவற்றையெல்லாம் தொடரவேண்டும், மற்றவற்றிலிருந்து பாடம் கற்றுக்கொண்டு முன்னேறவேண்டும்.

புதிய விஷயங்களைக் கற்றுக்கொள்ளப் பல வழிகள் இருக்கின்றன: அவற்றைப்பற்றிப் படிக்கலாம், வீடியோக்கள் பார்க்கலாம், நாமே களத்தில் இறங்கி முயன்றுபார்க்கலாம், அதில் ஏற்கெனவே பணியாற்றுகிறவர்களிடம் பேசித் தெரிந்துகொள்ளலாம்... முக்கியமாக, இவை அனைத்தும் *Self-service*ஆக நடக்கவேண்டும்; அதாவது, நமக்கு நாமே பாடத்திட்டத்தை உருவாக்கிக்கொள்ளவேண்டும்; தேவைப்படும் ஆசிரியர்களை நாமே நாடிச்செல்லவேண்டும்; பாடத்திட்டம் ஒழுங்காகப் பின்பற்றப்படுகிறதா என்பதையும் நாமேதான் உறுதிப்படுத்தவேண்டும்.

இதற்கெல்லாம் ஏகப்பட்ட சுயஒழுங்கு *(Self Discipline)* தேவை. அதுமட்டும் சரியாக அமைந்துவிட்டால் எந்தச் சூழ்நிலையிலும் எதையும் கற்றுக்கொண்டு முன்னேறலாம்.

நாம் கற்றுக்கொள்ள விரும்பும் விஷயங்களை ஏற்கெனவே நன்கு அறிந்தவர்கள் நம்மைச்சுற்றி இருப்பார்கள். அவர்களிடம் உதவி பெற்றுக்கொள்ளலாம், அதேசமயம், அவர்களுடைய நேரத்தை மதிக்கவேண்டும், அதைத் தேவையான அளவில்மட்டும் பயன்படுத்திக்கொள்ளவேண்டும். அதாவது, நாமே பெரும்பாலான விஷயங்களைத் தெரிந்துகொண்டு, கடினமான, அவர்களால்மட்டுமே விளக்க இயலுகிற தலைப்புகளைமட்டும் அவர்களிடம் கேட்கவேண்டும். சச்சின் டெண்டுல்கரிடம் சென்று *'LBWன்னா என்னங்க?'* என்று கேட்கக்கூடாது. அதைக் கூகுளே சொல்லிவிடும், டெண்டுல்கருடைய நேரத்தை ஏன் வீணடிக்கவேண்டும்?

ஆக, சொந்தமாகச் சிந்தித்துத் தலைப்புகளைத் தேர்ந்தெடுக்க வேண்டும், அதில் என்னென்ன கற்கவேண்டும் என்று நாமே தீர்மானிக்கவேண்டும், நாமே படித்து, பார்த்து, முயன்று கற்றுக்கொள்ளவேண்டும், வல்லுனர்களுடைய உதவியைத் தேவையான அளவில்மட்டும் பயன்படுத்திக்கொள்ளவேண்டும். முக்கியமாக, இவை அனைத்தையும் நம்முடைய அன்றாடப்பணியில் அமல்படுத்தத் தெரியவேண்டும்.

இன்னொரு விஷயம், நீங்கள் இப்படி முயன்று கற்றுக்கொண்ட விஷயத்தைப் புதிதாகக் கற்க முயல்கிறவர்கள் பலர் இருப்பார்கள். அவர்கள் உங்களைவிட வயதில், அனுபவத்தில் பெரியவர்களாகக்கூட இருக்கலாம். ஆனாலும், இப்போது நீங்கள்தான் அவர்களுக்கு குரு. அந்தப் பொறுப்பைப் பணிவோடு நிறைவேற்றுங்கள், பிறரைக் கைதூக்கிவிடுங்கள், நாளைக்கு நீங்கள் இன்னொன்றைக் கற்றுக்கொள்ள விரும்பும்போது அவர்களுடைய உதவி உங்களுக்குத் தேவைப்படும்!

★★★

4

இப்போது நீங்கள் தங்கியிருக்கும் வீட்டைக் கட்டியவர் யார்?

ஒருவேளை, அது உங்களுடைய சொந்தவீடாக இருந்தால், நீங்களோ, உங்கள் தந்தை, தாயோ, தாத்தா, பாட்டியோ அதைக் கட்டியிருக்கலாம்; வாடகைவீடாக இருந்தால், அதை உங்களுக்கு வாடகைக்கு விட்டவர் கட்டியிருப்பார்.

ஆனால், இந்தக் கேள்விக்கு இந்தப் பதில் முற்றிலுமாகப் பொருந்தாது. ஏனெனில், எந்த வீட்டையும் ஒரே ஒரு தனிமனிதர் கட்டியிருக்க வாய்ப்பே இல்லை.

அதாவது, இந்த வீட்டைக் கட்டுவதற்கு நீங்களோ இன்னொருவரோ பணம் செலவழித்திருக்கலாம்; ஆனால், அந்தக் கட்டுமானத்தில் உங்களுக்குப் பலர் உதவியிருப்பார்கள்: வீட்டை வடிவமைத்த பொறியாளர், அதற்குத் தேவையான பொருட்களை விற்ற கடைக்காரர்கள், கொத்தனார், சித்தாள், குழாய்களைப் பொருத்தியவர், வண்ணம்பூசியவர், இப்படி இன்னும் பலர்.

இன்னொருபக்கம், பல நிறுவனங்களும் இதில் உங்களுக்கு உதவியிருக்கின்றன: வீட்டுக்கடன் வழங்கிய வங்கி, வீட்டுக்கான

திட்டத்தை அங்கீகரித்த நகராட்சி அலுவலகம், மின்சார, நீர் இணைப்பை வழங்கிய அமைப்புகள், இப்படி இன்னும் பல.

ஆக, பல மனிதர்கள், நிறுவனங்களுடைய கூட்டு உழைப்பில்தான் ஒரு வீடு உருவாகிறது. சாலைகள், பாலங்கள், திரையரங்குகள், பேருந்துநிலையங்கள் என்று நீங்கள் பார்க்கிற ஒவ்வொன்றுக்கும் இது பொருந்தும்.

அட, அவ்வளவு ஏன்? நாம் மிக இயல்பாகப் பயன்படுத்திவிட்டுத் தூக்கிப்போடுகிற ஒரு குண்டூசியில்கூட பலருடைய உழைப்பு இருக்கிறது.

இதனால், தொழில்நிறுவனங்களுக்குப் பணிபுரியச்செல்கிற எல்லாரும் குழுவாக இணைந்து பணிசெய்தலைக் *(Team Work)* கற்றுக்கொள்ளவேண்டியது அவசியம். பலரும் ஒன்றாகச் சேர்ந்து உரையாடி, ஒருவர் மற்றவருக்கு உதவிக்கொண்டு, ஒருவருடைய பிழைகளை இன்னொருவர் திருத்தி, மேம்படுத்தி, ஒருவரிடமிருந்து இன்னொருவர் கற்றுக்கொண்டு முன்னேறினால்தான் அந்தக் குழுவால் பல சிறந்த பணிகளைச் செய்ய இயலும். இந்தவிஷயத்தில் தொழில்நுட்ப நிறுவனங்கள், உற்பத்தி நிறுவனங்கள், சேவை நிறுவனங்கள், விற்பனைசார்ந்த நிறுவனங்கள், சிறுதொழில்கள், குறுந்தொழில்கள், தெருமுனைப் பெட்டிக்கடை என்று யாரும் விதிவிலக்கு கிடையாது. எல்லா இடங்களிலும் ஊர்கூடி இழுத்தால்தான் தேர் நகரும்.

ஆக, நமக்குத் தேரை இழுக்கும் அளவுக்கு உடல் வலுவாக இருந்தால் போதாது; ஊரோடு சேர்ந்து தேரிழுக்கவும் தெரிந்திருக்கவேண்டும், அப்போதுதான் நமக்கு மதிப்பு.

தனியாகப் பணிபுரிவதற்கும் குழுவாகப் பணிபுரிவதற்கும் பல வேறுபாடுகள் உள்ளன. இதைப் புரிந்துகொள்வதற்கு, கிரிக்கெட்டையும் ஒற்றையர் டென்னிஸையும் ஒப்பிட்டுப் பார்ப்போம்.

கிரிக்கெட்டில் ஒவ்வொரு குழுவிலும் 11பேர் விளையாடுகிறார்கள். இவர்களில் யாரும் தன்னந்தனியாக

ஒரு போட்டியில் வென்றுவிடமுடியாது. பந்துவீச்சாளர்கள், மட்டைவீச்சாளர்கள், பந்தைத் தடுப்பவர்கள், விக்கெட் காப்பாளர் என்று எல்லாரும் சேர்ந்து விளையாடினால்தான் வெற்றி. இவர்கள் ஒருவரையொருவர் புரிந்துகொள்ளாமல் ஆளாளுக்கு வெவ்வேறுவிதமாக விளையாடிக்கொண்டிருந்தால், எப்பேர்ப்பட்ட அணியும் தோற்றுப்போகும்.

ஆனால், ஒற்றையர் டென்னிஸில் ஒரு குழுவுக்கு ஒரே ஒரு தனிமனிதர்தான். அவர் தன்னுடைய சொந்தத் திறமையால் போட்டியில் வெல்லலாம்; அல்லது தோற்கலாம்.

உண்மையில், அந்தத் தனிமனிதருக்குப் பின்னாலும் ஒரு குழு இருக்கிறது. அவருடைய பயிற்சியாளர், உடற்தகுதி ஆலோசகர், உணவு வல்லுனர், இன்னும் பலரும் சேர்ந்துதான் அவரை அந்தப் போட்டிக்குத் தயாராக்குகிறார்கள், அவர்களுடைய ஒத்துழைப்புடன்தான் அவர் வெல்கிறார்.

ஆக, தனிமனித வெற்றி என ஒன்று இன்றைய உலகில் அநேகமாக இல்லவே இல்லை. இதைப் புரிந்துகொண்டால், குழுவோடு பணியாற்றுவது எப்படி என்பதைக் கவனிக்கத்தொடங்குவோம்.

முதலில், நாம் இருக்கும் குழுவின் தன்மையைப் புரிந்துகொள்ளவேண்டும். அதில் எப்படிப்பட்ட மனிதர்கள் உள்ளார்கள், அவர்களுடைய அனுபவம் என்ன, திறமைகள், திறமைக்குறைவுகள் எவை, யார், யாருடன் பணிபுரியவேண்டும், எப்படிப் பணிபுரியவேண்டும் என்பதையெல்லாம் உணர்ந்துகொண்டால், பிறருடன் நன்கு பழகலாம், நல்லுறவு பேணலாம்.

அடுத்து, இந்தக் குழுவில் நம்முடைய பணி யாரையெல்லாம் பாதிக்கக்கூடும் என்பதைப் பார்க்கவேண்டும். எடுத்துக்காட்டாக, நான் வழங்குகிற தகவல்களை அடிப்படையாகக்கொண்டு என்னுடைய சகஊழியர் ஒருவர் ஓர் அறிக்கையைத் தயாரிக்கிறார் என்றால், என்னுடைய பணியால் அவர் பாதிக்கப்படக்கூடும் என்று பொருள்.

இங்கு 'பாதிப்பு' என்ற சொல்லை எதிர்மறைப்பொருளில் எடுத்துக்கொள்ளவேண்டாம். அதை நேர்விதமாகவும் அணுகலாம். அதாவது, என்னுடைய தகவல்கள் சரியாக இருந்தால், அவருடைய அறிக்கை சிறப்பாக இருக்கும், அதுவும் ஒரு (நல்ல) பாதிப்புதானே?

ஆக, நம்மால் பாதிக்கப்படக்கூடியவர்கள் பலர் நம்மைச்சுற்றி இருப்பார்கள். அவர்களிடம் உரையாடி அவர்களுடைய எதிர்பார்ப்புகளைத் தெரிந்துகொண்டால், அதற்கேற்ப நம் பணியை அமைக்கலாம்.

இது ஒருநாள் வேலை இல்லை; இந்த உரையாடல் நாள்தோறும், வாரந்தோறும் தொடரவேண்டும்; பிரச்னைகளை இயன்றவரை முன்கூட்டியே கண்டறிந்து களைந்துவிட்டால், அவர்களுக்கு உண்டாகக்கூடிய (எதிர்மறைப்) பாதிப்புகள் குறையும், அவர்கள் உங்களை 'நல்ல *Teamplayer*' என்று பாராட்டுவார்கள்.

இதேபோல், வேறு பலருடைய பணிகள் நம்மை (நல்லவிதமாகவும் கெட்டவிதமாகவும்) பாதிக்கக்கூடும். அதையும் புரிந்துகொள்ளவேண்டும். அவர்களிடம் நம்முடைய எதிர்பார்ப்புகளைத் தெளிவுபடுத்தவேண்டும். ஏதேனும் பிரச்னைகள் இருந்தால் உடனே தெரிவிக்கவேண்டும், நல்லவற்றைப் பாராட்டவேண்டும்.

ஒவ்வொரு குழுவிலும் ஒவ்வொருவரும் வெவ்வேறுவிதங்களில் பிறரைச் சார்ந்துதான் இருப்பார்கள். ஆகவே, எல்லாரும் தங்களுடைய சொந்த வேலையைமட்டும் செய்துவிட்டுப்போனால் போதாது, மற்றவர்களைக் கவனிக்கவேண்டும், தடுமாறுகிற பிறருக்குக் கைகொடுத்து உதவவேண்டும், அதன்மூலம் குழுவின் முன்னேற்றத்தை உறுதிசெய்யவேண்டும்.

இவையெல்லாம் கேட்பதற்கு நன்றாகத்தான் இருக்கின்றன. ஆனால், எதார்த்தத்தில் இப்படி நடக்குமா?

நிச்சயம் நடக்காது. ஒரே குழுவில் அருகருகில் அமர்ந்து பணிபுரிகிறவர்கள் ஒருவரோடொருவர் முட்டிக்கொள்வார்கள்,

மோதிக்கொள்வார்கள், உரசிக்கொள்வார்கள், பொறாமைப் படுவார்கள், இவர் அவருடைய காலை வாருவார், அவர் இவரை வீழ்த்த நினைப்பார், இதுபோன்ற அரசியல்கள் இல்லாத குழுக்களே இல்லை.

அதேசமயம், இப்படிப்பட்ட வம்புகளில் மாட்டிக்கொள்ளாமல், குழுவின் முன்னேற்றத்தைமட்டும் மனத்தில்வைத்துச் செயல்படுவதுதான் நமக்கும் நல்லது, நிறுவனத்துக்கும் நல்லது. நம் குழுவில் யாராவது இருவர் உரசிக்கொண்டாலும், நம்மால் இயன்றவரை அந்தப் பிரச்னையைத் தீர்த்துவைக்கத்தான் நாம் முயலவேண்டும்.

ஆனால், இதெல்லாம் மேலாளருடைய வேலைதானே? நான் எதற்காக இதையெல்லாம் செய்யவேண்டும்?

மேலாளர் மட்டுமே குழுக்களை வழிநடத்திக் கொண்டிருந்ததெல்லாம் பழங்கதை; குழுவில் உள்ள ஒவ்வொருவரும் குழுவுக்காகப் பொறுப்பேற்றுக்கொள்ள வேண்டும், பிரச்னைகளைக் கண்டால் உடனே இறங்கிச் சரிசெய்யவேண்டும், பிறரையும் தன்னோடு அழைத்துச் செல்லவேண்டும், அப்படிப்பட்டவர்கள் தாங்களும் முன்னேறுவார்கள், தங்களுடைய குழுவையும் புதிய வெற்றிகளுக்கு அழைத்துச்செல்வார்கள்.

★★★

5

ஒருவர் நாள்தோறும் இவ்வளவு நேரம்தான் வேலைசெய்ய வேண்டும் என்று அரசாங்கம் வரையறுத்திருக்கிறது. அதற்குமேல் அவரிடம் வேலைவாங்குவது சட்டப்படி தவறு.

ஆனால், எதார்த்தத்தில் என்ன நடக்கிறது? பெரும்பாலான அலுவலகங்களில் ஏராளமான ஊழியர்கள் அலுவலக நேரத்தைத் தாண்டியும் வேலைசெய்கிறார்கள். அப்போதும் வேலைகளை முடிக்கமுடியாமல் வீட்டுக்குக் கொண்டுவருகிறவர்கள் உண்டு, சனி, ஞாயிறு விடுமுறை நாட்களிலும் அலுவலகத்துக்குச் செல்கிறவர்கள் இருக்கிறார்கள், பேருந்தில், ரயிலில், வாடகைக் காரிலெல்லாம் மடிக்கணினியைத் திறந்துவைத்துக்கொண்டு வேலையில் மூழ்கியிருக்கிறவர்களைப் பார்க்கிறோம்.

இந்தப் பிரச்னைக்கெல்லாம் என்ன காரணம்? நிறுவனங்களும் மேலாளர்களும் ஊழியர்கள்மீது ஏராளமான வேலைகளைச் சுமத்துகிறார்களா? அல்லது வழக்கமான அளவு வேலைகளையே அவர்களால் சரியான நேரத்தில் முடிக்கமுடிவதில்லையா?

இன்றைய நிறுவனங்களும் அலுவலகங்களும் பணிகளும்

தொடர்ந்து மேலும் மேலும் சிக்கலாகிக்கொண்டே இருக்கின்றன. இதனால், ஊழியர்கள்மீதான எதிர்பார்ப்பும் நாளுக்கு நாள் பெருகிக்கொண்டே செல்கிறது. அவர்கள் நேற்றைவிட இன்றைக்கு இன்னும் சிறப்பாகச் செயல்படவேண்டும், இன்றைவிட நாளைக்கு அதைவிடச் சிறப்பாகச் செயல்படவேண்டும் என்று எதிர்பார்க்கப்படுகிறது.

இதனால், சென்ற ஆண்டில் ஒரு குறிப்பிட்டவிதத்தில் பணிபுரிந்து பாராட்டுகளைப் பெற்றவர் இந்த ஆண்டும் அதேபோல் பணிபுரிந்தால், 'ம்ஹூம், போதாது, வி வான்ட் மோர் எமோஷன்' என்கிறார்கள். எப்படியாவது தட்டுத்தடுமாறி அவர் தன்னை முன்னேற்றிக்கொள்கிறார். உடனே, 'சரி, அடுத்த நிலைக்கு முன்னேறுங்க' என்று விரட்டுகிறார்கள்.

எந்தவொரு பணியிலும் படிப்படியான முன்னேற்றம் அவசியம்தான். ஆனால், அது இயல்பான வளர்ச்சியாக இருக்கவேண்டும், அந்த வளர்ச்சியை அவர் அனுபவித்து மகிழவேண்டும், அப்படியில்லாமல், பிறந்த குழந்தை பத்தே நாளில் நடக்கவேண்டும் என்று எதிர்பார்த்தால் சாத்தியமா?

பணியாளர்கள்மீது சுமத்தப்படுகிற இந்த மிகையான எதிர்பார்ப்புகள் பலரை அச்சத்தில் ஆழ்த்துகின்றன. இதையெல்லாம் உரிய நேரத்துக்குள் ஒழுங்காகச் செய்யாவிட்டால் தங்கள் நிலைமை என்ன ஆகுமோ என்கிற அழுத்தம் அவர்களுடைய செயல்திறனைப் பாதித்துவிடுகிறது.

இதைச் சமாளிப்பதற்கு இரண்டு வழிகள் உள்ளன. இரண்டுமே முக்கியமானவை, கண்டிப்பாகப் பின்பற்றப்படவேண்டியவை.

முதல் வழி, நம்முடைய வேலை நம்மிடம் என்ன எதிர்பார்க்கிறது என்பதை விரிவாக ஆராயவேண்டும்; அந்த எதிர்பார்ப்புகள் நம்முடைய திறமைகள், இலக்குகளோடு பொருந்துகின்றனவா, அதைத்தான் நாம் தொடர்ந்து செய்ய விரும்புகிறோமா, நம்முடைய வருங்காலத் திட்டங்களுடன் அவை பொருந்துகின்றனவா என்பதையெல்லாம் யோசிக்கவேண்டும்.

ஒருவேளை, இதில் பொருத்தம் இல்லாவிட்டால், நாம் தவறான வேலையில் இருக்கிறோம், அல்லது, இந்த நிறுவனம் நம்மைப் பொருந்தாத ஒரு பணிக்குப் பயன்படுத்திக்கொண்டிருக்கிறது என்று பொருள். இதன்மூலம் நமக்குப் பணம் வரலாம், மற்ற வசதிகள் கிடைக்கலாம், ஆனால், எப்போதும் அழுத்தத்திலேயே இருப்போம், மகிழ்ச்சி கிடைக்காது.

இதுபோன்ற நேரங்களில், நம்முடைய திறமைக்கு ஏற்ற, நாம் நாள்தோறும் மகிழ்ச்சியோடு செய்யவிரும்புகிற ஒரு வேலைக்கு மாறிக்கொள்வதில் தவறே இல்லை. *'Choose a job you love, and you will never have to work a day in your life'* என்கிற ஆங்கிலப் பொன்மொழி இதைத்தான் குறிப்பிடுகிறது: நம் மனத்துக்குப் பிடித்த வேலையைச் செய்யும்போது, அது ஒரு சுமையாகவே இருக்காது.

ஆனால் அதற்காக, மூன்றுபேர் வேலையை ஒருவரே செய்வது சாத்தியமில்லை; பதினைந்து மணிநேரத்தில் செய்யவேண்டிய வேலையை எட்டுமணி நேரத்தில் செய்வதும் சாத்தியமில்லை.

ஆக, என்னதான் மனத்துக்குப் பிடித்த வேலைகளாக இருந்தாலும், அவை எட்டுமணிநேர உழைப்பில் செய்யக்கூடியவையா என்பதையும் சிந்திக்கவேண்டும். அளவுக்கதிகமான வேலைகள் நம்மீது சுமத்தப்பட்டால், அதைப்பற்றி மேலாளரிடம் பேசவேண்டும்.

முக்கியமான விஷயம், இந்த விஷயத்தில் நம்பக்கம்தான் நியாயம் இருக்கிறது என்று தெரிந்தாலும்கூட, நிறுவனத்தையோ மேலாளரையோ குற்றம்சாட்டுகிற தொனியில் அதை வெளிப்படுத்தவேண்டியதில்லை. அதேபோல், நாம் நியாயமான வேலையிலிருந்து தப்பிக்கப்பார்க்கிறோம் என்கிற தோற்றமும் வந்துவிடக்கூடாது.

அதற்குப்பதிலாக, பதற்றமின்றிப் பணிவோடு தரவுகளை முன்வைக்கலாம், 'இவை அனைத்தையும் இந்த நேரத்துக்குள் செய்வது சாத்தியமில்லை என்று எனக்குத் தோன்றுகிறது.

நீங்கள் என்ன நினைக்கிறீர்கள்?' என்று கேட்கலாம். அவருடைய ஆலோசனைகளைக் கேட்டுக்கொள்ளலாம், உதவிகளைப் பெற்றுக்கொள்ளலாம்.

இரண்டாவது வழி, நேர மேலாண்மை எனப்படும் *Time Management*. இதை ஒழுங்காகச் செய்தால், பணி-வாழ்க்கைச் சமநிலை எனப்படும் *Work-Life Balance* சாத்தியப்படும், அதாவது, வேலையே நம்முடைய முழுநேரத்தையும் எடுத்துக்கொள்ளாது, அதைக் கடந்து மகிழ்ச்சியாக வாழ்வதற்கும் நேரமிருக்கும். எந்நேரமும் அலுவலகத்திலேயே கிடக்காமல், குடும்பத்தினர், நண்பர்களுடன் நேரம் செலவிடலாம், பொழுதுபோக்குகள், சமூக சேவைகளுக்கு நம்முடைய நேரத்தைப் பகிர்ந்தளிக்கலாம், எதிர்காலத்தைப்பற்றிச் சிந்திக்கலாம், திட்டமிடலாம், புதிய விஷயங்களைக் கற்றுக்கொள்ளலாம், உடற்பயிற்சி, தூக்கம், நீச்சல் என்று நம்முடைய மகிழ்ச்சிக்காகவும் நேரம் ஒதுக்கலாம்.

நேர மேலாண்மையைப்பற்றிப் பலபல நூல்கள், வீடியோக்கள், சொற்பொழிவுகள் இருக்கின்றன. இவை அனைத்தையும் விரிவாகப் பேசுவதற்கு இங்கு இடமில்லை. எனினும், நம்முடைய நேரத்தைச் சரியாகப் பயன்படுத்திக்கொண்டு, இயன்றவரை அதிக விஷயங்களைச் சுமையில்லாமல் சிறப்பாகச் செய்வதற்கான சில உத்திகளைமட்டும் பார்ப்போம்:

முதலில், நாம் செய்யவேண்டிய பணிகளை ஓரிடத்தில் தொகுத்து எழுதிக்கொள்ளவேண்டும், தாளிலோ, கணினியிலோ, மொபைல்ஃபோனிலோ, இடம் முக்கியமில்லை, செய்யவேண்டிய அனைத்தையும் மறந்துவிடாமல் தொகுத்துவைப்பதுதான் முக்கியம்.

அடுத்து, அந்த வேலைகள் அனைத்தும் சம அளவு முக்கியத்துவத்துடன் இருக்காது. சில வேலைகள் உடனடியாகச் செய்யவேண்டியவை, வேறு சிலவற்றைச் சிறிதளவு தள்ளிப்போடலாம், இந்த அடிப்படையில் வேலைகளை அடுக்கவேண்டும்.

மூன்றாவதாக, வேலைகளுக்கு நடுவில் வரும் குறுக்கிடல்களைச் சரியாகக் கையாளவேண்டும். முக்கியத்துவமற்ற, அவசரமற்ற வேலைகளைக் கடுமையாக மறுக்கவேண்டும். இல்லாவிட்டால், உங்களுடைய பட்டியலில் இருக்கிற எந்த வேலையும் சரியான நேரத்தில் செய்யப்படாது.

நன்றாக வேலைசெய்கிற ஒருவர்மீது எல்லாரும் கூடுதல் வேலைகளைச் சுமத்துவது இயல்புதான். ஆகவே, உங்களுடைய முதன்மைக் கடமைகளில் சேராத வேலைகளுக்கு *'No'* சொல்லப் பழகிக்கொள்ளவேண்டும். அவ்வப்போது ஆசையினாலோ எதிர்காலம் கருதியோ சில கூடுதல் வேலைகளை ஏற்றுக்கொள்ளலாம், அதுவே வழக்கமாகிவிடக்கூடாது.

ஒவ்வொரு வேலையிலும் நாம் எவ்வளவு நேரம் செலவிடுகிறோம் என்பதைக் குறித்துவைப்பதும் *(Time Logging)* ஒரு நல்ல உத்தி. இதன்மூலம் எந்தெந்த வேலைகள் அதிகம் இழுக்கின்றன என்பதை உணர்ந்து சரிசெய்துகொள்ளலாம்.

அதேபோல், தொடர்ந்து ஒரே வேலையில் ஈடுபட்டுக்கொண்டிருக்காமல், அவ்வப்போது கண்களுக்கு ஓய்வு தரலாம், சிறிதுதூரம் நடந்துவிட்டுத் திரும்பலாம், காஃபியோ தேநீரோ (அளவாக) அருந்தலாம், அதன்பிறகு மீண்டும் வேலைக்குத் திரும்பும்போது புத்துணர்ச்சியோடு வேலை விரைவாக நடக்கும்.

நேரத்தைச் சரியாகச் சமாளிக்கத் தெரிந்தவர்களால் எப்பேர்ப்பட்ட சிக்கலான வேலையையும் சிறிதுசிறிதாக உடைத்துச் சரியாகச் செய்துவிட இயலும்; படிப்படியாகக் கூடுதல் பொறுப்புகளை ஏற்றுக்கொண்டு முன்னேற இயலும்; இன்றைய உலகில் வெற்றிபெறுவதற்கு மிக அவசியமான கலை இது.

★★★

6

அலுவலக நண்பர் ஒருவரிடம் பேசிக்கொண்டிருந்தேன்; உரையாடலினிடையே, 'நாம ஆறு மாசமா ஒரே குழுவுல வேலை செய்யறோம். நீங்க என் வேலையைப்பத்தி என்ன நினைக்கறீங்க? ஏதாவது குறை இருந்தா சொல்லுங்களேன், திருத்திக்கறேன்' என்றார் அவர்.

'என்னங்க, எல்லாரும் என்கிட்ட நிறை இருக்கான்னு கேப்பாங்க; நீங்க வித்தியாசமா குறையை விசாரிக்கறீங்க?' என்றேன்.

'ஏன்னா, எனக்கு நிறையைவிடக் குறைதான் முக்கியம்' என்று சிரித்தார் அவர். 'என்னோட வேலையில குறையே இல்லைன்னு நினைச்சா நான் ஒரு முட்டாள். என்கிட்டயும் நிச்சயமாப் பல குறைகள் இருக்கும். உங்களைமாதிரி கூட இருக்கறவங்க சொன்னாதானே அது எனக்குத் தெரியும்? அதை நான் கவனிச்சுக் கேட்டாத்தானே திருத்திக்கறதுக்கு ஒரு வாய்ப்பு கிடைக்கும்? அதனாலதான் கேட்கறேன், எதுவானாலும் தயங்காம சொல்லுங்க.'

இந்த நண்பருடைய பரந்த மனப்பான்மை எல்லாருக்கும் வந்துவிடாது. தன்னிடம் குறைகள் இருக்கலாம் என்பதையே

பெரும்பாலானோர் ஏற்றுக்கொள்வதில்லை; ஆகவே, யாரேனும் அந்தக் குறைகளைச் சுட்டிக்காட்டினால், ஒன்று வருத்தமடைந்து சோர்ந்துபோவார்கள்; அல்லது 'நீங்க சொல்றது தப்பு, என்கிட்ட எந்தக் குறையும் இல்லை!' என்று சினங்கொண்டு வாதாடுவார்கள்.

இங்கு நாம் முதன்மையாகப் புரிந்துகொள்ளவேண்டிய விஷயம், நம்முடைய பணியில் ஒருவர் குறைசொல்கிறார் என்பதாலேயே நாம் செய்தது மோசமான பணி என்று ஆகிவிடாது. எப்பேர்ப்பட்ட சிறந்த பணியிலும் முன்னேற்றத்துக்கான சாத்தியங்கள் உண்டு. ஆங்கிலத்தில் இதை *'Room For Improvement'* என்பார்கள், அப்படித்தான் இந்தக் குறைசொல்லல்களை நாம் எடுத்துக்கொள்ளவேண்டும்.

அமேசானில் ஏதாவது ஒரு புகழ் பெற்ற புத்தகத்தை எடுத்துப் பாருங்கள். சில்லாயிரம் பேர் பாராட்டி ஐந்து நட்சத்திர மதிப்பெண் தந்திருப்பார்கள்; சில நூறு பேர் கன்னாபின்னாவென்று திட்டி ஒரே ஒரு நட்சத்திரத்தை வழங்கியிருப்பார்கள். எப்பேர்ப்பட்ட புத்தகத்துக்கும் இதுதான் நிலைமை.

ஆக, ஒரு பொருள் அல்லது பணி எத்தனை சிறப்பாக இருந்தாலும் சரி, அதை வெளியிலிருந்து காண்கிறவர்களுடைய தேவை, எதிர்பார்ப்பைப் பொறுத்துதான் அது பாராட்டப்படுவதும் வெறுக்கப்படுவதும். இது எல்லாப் பணிகளுக்கும் பொருந்தும்.

எனவே, நம்முடைய பணியில் ஒருவர் குறைசொல்கிறார் என்றால், உடனே சினங்கொள்ளவேண்டியதில்லை; தன்னிரக்கம் கொண்டு கூனிக்குருகவேண்டியதில்லை; குறை என்பதன் வரையறை தெரிந்தால் நிமிர்ந்து நின்று அதை எதிர்கொள்ளலாம்.

குறை என்பது, ஒருவர் என்ன எதிர்பார்த்தார் என்பதற்கும், அவருக்கு என்ன கிடைத்தது என்பதற்கும் இடையிலுள்ள வேறுபாடுதான். எதிர்பார்த்ததே கிடைத்தால், அல்லது

அதற்குமேல் கிடைத்தால் யாரும் குறைசொல்லப்போவதில்லை. எதிர்பார்த்ததைவிடக் குறைவாகக் கிடைத்தால்தான் குறைசொல்வார்கள்.

ஆக, குறை = எதிர்பார்ப்பு - நம்முடைய பணி

கணக்கு அடிப்படை தெரிந்தவர்கள் இதை உடனே புரிந்துகொள்ளலாம், C = A - B என்ற வகையில் அமையும் எந்தச் சூத்திரத்திலும், "B" எத்தனை பெரிய எண்ணாக இருந்தாலும் சரி, "A" அதைவிட அதிகத் தொலைவு விலகியிருந்தால், "C" அதிகமாகத்தான் இருக்கும்.

ஆக, நம்முடைய பணி எத்தனை உயர்வாக இருந்தாலும் சரி, அதைக் காண்கிறவருடைய எதிர்பார்ப்பு வேறு திசையில் இருந்தால், அவர்கள் குறைசொல்லத்தான் செய்வார்கள். தென்னிந்திய உணவை விரும்பி வந்தவருக்கு அருமையான பாஸ்தாவைப் பரிமாறினால் குறைதான் சொல்வார்.

இதனால், குறையைக் கேட்கும்போது நம்முடைய முதல் கேள்வி "என் பணியில் என்ன குறைச்சல்?" என்பதாக இருக்கக்கூடாது, அது வெறும் "B"தான், "A" என்ன என்பதைப் பொறுத்துதான் "C" மாறும், அதாவது, குறைசொல்பவருடைய எதிர்பார்ப்பு என்னவாக இருந்தது என்பதைத் தெரிந்துகொண்டால், அவர் ஏன் குறைசொல்கிறார் என்பது புரியும். அடுத்தமுறை சரிசெய்யலாம்.

ஒருவேளை, அவருடைய எதிர்பார்ப்பு மிகவும் தவறாக இருந்தால், அதை அவருக்குச் சுட்டிக்காட்டலாம், 'ஐயா, இது பாஸ்தா உணவகம், நீங்கள் பக்கத்திலிருக்கும் சரவணபவனுக்குள் நுழையுங்களேன்.'

இதை இன்னும் சிறப்பாகக் கையாளவேண்டுமென்றால், பணியைச் செய்யுமுன் எதிர்பார்ப்புகளைப் புரிந்துகொள்ளலாம்; அதாவது, "A" (எதிர்பார்ப்பு) என்ன என்று தெரிந்துகொண்டு "B"யை(பணியை)ச் செய்தால், "C" (குறை) மிகக் குறைவாக இருக்கும்.

ஒருவேளை, உங்கள் சக ஊழியரிடம் நீங்கள் ஏதாவது குறைகளைக் கண்டால் என்ன செய்வீர்கள்? சுட்டிக்காட்டுவீர்களா, அல்லது, நமக்கெதற்கு வம்பு என்று சும்மா இருந்துவிடுவீர்களா?

ஒரு குழுவில் பணியாற்றுகிற எல்லாரும் அவரவர் பணிகளைமட்டும் செய்தால் போதாது. பிறருடைய வேலையில், பழகுமுறையில், நடவடிக்கைகளில் தென்படும் பிழைகளைச் சுட்டிக்காட்டித் திருத்துவதும், தேவைப்பட்டால், அவற்றைத் திருத்திக்கொள்வதில் அவர்களுக்கு உதவுவதும்கூடக் குழு உறுப்பினர்களுடைய கடமைதான். இதனை எல்லாரும் சிறப்பாகச் செய்யும்போது அந்தக் குழு பலமடங்கு விரைவாகவும் செயல்திறனோடும் பணியாற்றும். இல்லாவிட்டால் பெரும் திறமைசாலிகளைக் கொண்ட குழுவும் துவண்டுவிடும்.

இப்படிப் பிறரிடம் குறைகாண்பது எல்லார்க்கும் எளிது; ஆனால், அதை நேரடியாக, அதேசமயம் உறுத்தாதபடி சொல்வது மிகக் கடினம்.

சிலர் தாங்கள் நினைத்ததைச் சட்டென்று அப்படியே சொல்லிவிடுவார்கள்; தனியாகச் சொல்லாமல் பொதுவில் போட்டு உடைக்கிறவர்களும் உண்டு. இதனால், அவர்கள் சொல்வதில் உண்மை இருந்தாலும்கூட, கேட்கிறவருக்குச் சினம்தான் வரும். 'நீ மட்டும் என்ன ஒழுங்கா?' என்று அவர்களுடைய குறைகளை அதே ஆவேசத்துடன் சுட்டிக் காட்டுவார்கள். நல்ல நோக்கத்துடன் தொடங்கியது பகையில் சென்று நிற்கும்.

இன்னொரு முனையில், சிலர் குறையைக் கண்டாலும் சொல்ல மாட்டார்கள். 'அது அவன் பிரச்னை, எனக்கென்ன போச்சு?' என்பார்கள். 'அவனா கேட்டாச் சொல்றேன்' என்று கையைக் கட்டிக்கொண்டு இருந்துவிடுவார்கள். இது உறவுக்கு நல்லது, குழுவுக்குத் தீது.

மூன்றாவது வகையினர் குறைகளில் தேன் தடவிச் சொல்வார்கள்; 'இரண்டு பாராட்டுகளுக்கு நடுவில் ஒரு விமர்சனத்தை ஒளித்துவை' என்றொரு புகழ் பெற்ற

சொற்றொடர் உண்டு. இதன்மூலம் உறவும் கெடாது, எதிராளி தன்னைத் திருத்திக்கொள்வதற்கான வாய்ப்பும் கிடைக்கும்.

ஒரே பிரச்னை, அந்த எதிராளிக்கு அது தேன் தடவிய விமர்சனம் என்பது புரியவேண்டும். அவர் தேனைக் குடித்துவிட்டு விமர்சனத்தைக் கண்டுகொள்ளாமல் இருந்துவிட்டால் விமர்சித்தும் பயனில்லை.

ஆக, ஒருவருடைய குறையைக் குற்றம்சாட்டாமல், எதிராளி இப்படித்தான் என்று தீர்ப்புச்சொல்லாமல், அவரை அவமானப்படுத்தாமல், நாணச்செய்யாமல் கண்ணியமான முறையில் அக்கறையுடன் வெளிப்படுத்துவது ஒரு கலை. மிகச்சிலர்தான் இதனைச் சிறப்பாகச் செய்கிறார்கள்; அவர்களுடன் பணிபுரியும் வாய்ப்புக் கிடைத்தவர்களுடைய நல்லூழ் அது.

குறையைச் சுட்டிக்காட்டுபவர் எப்படியிருந்தாலும், குறையைக் கேட்கிறவர் அதை எப்படி எடுத்துக்கொள்கிறார் என்பதும் முக்கியம். இந்த இரண்டில் ஒன்று சொதப்பினாலும் பயனிருக்காது.

என்னுடைய அலுவலக நண்பரைப்போல் “தன்னிடமும் குறை இருக்கலாம்” என்பதை உணர்கிறவர்களே மிகக் குறைவு; யாராவது அதைச் சுட்டிக்காட்டினால்கூட ஏற்றுக் கொள்ளாமல் சப்பைக்கட்டுக் கட்டுகிறவர்கள், சொன்னவர்மீது பாய்கிறவர்கள்தான் அதிகம்.

அதற்காக யார் என்ன சொன்னாலும் ஏற்றுக்கொண்டு தாழ்மையுணர்ச்சியில் புரளவேண்டியதில்லை. “என்னிடம் குறைகளேதும் இல்லை” என்கிற மயக்கத்திலிருந்து விலகி வந்து, ஒவ்வொரு குறைசொல்லலிலும் தான் முன்னேறுவதற்கு ஒரு வாய்ப்பிருக்கலாம் என்று ஏற்றுக்கொண்டாலே போதும், வெறுமனே தூற்றுகிறவர்களுக்கும் அக்கறையோடு விமர்சிக்கிறவர்களுக்கும் நடுவிலிருக்கும் வேறுபாடு புரியத்தொடங்கிவிடும்.

அலுவலகத்திலோ, வெளியிலோ, நம்முடைய குறைகளை யாராவது சுட்டிக்காட்டினால் உடனடியாக மறுக்க வேண்டியதில்லை. ஒருவேளை இந்த விஷயத்தில் அவருடைய பார்வை, எடைபோடல் சரியில்லை என்று தோன்றினாலும், எதிர்த்து வாதாடவேண்டியதில்லை. ஏனெனில், ஒருவர் நம் குறையைச் சுட்டிக்காட்டுகிறார் என்றால், அது அவர் நம்மீது வைத்திருக்கும் அக்கறையைக் காட்டுகிறது. அந்தக் குறை சரியா, தவறா, அதைத் திருத்திக்கொள்ளவேண்டுமா, வேண்டாமா என்பதெல்லாம் நம் பிரச்னை.

★★★

7

'ஹார்லிக்ஸ்', 'கேட்பரீஸ்', 'டாடா', 'ஜியோ', 'ரஜினிகாந்த்', 'தோனி'... இந்தச் சொற்களையெல்லாம் கேட்கும்போது, உடனடியாக உங்கள் மனத்தில் தோன்றுவது என்ன?

இந்த நிறுவனங்கள், தனிநபர்களுடைய பெயர்கள் ஒவ்வொன்றும் நமக்குள் ஒரு குறிப்பிட்ட சிந்தனையைத் தூண்டுகின்றன: ஹார்லிக்ஸ் என்றால் ஊட்டச்சத்து, கேட்பரீஸ் என்றால் இனிப்பு, டாடா என்றால் நம்பகத்தன்மை, ஜியோ என்றால் மலிவு விலைத் தொழில்நுட்பம், ரஜினிகாந்த் என்றால் பொழுதுபோக்கு, தோனி என்றால் வெற்றி, இப்படி இன்னும் பலவற்றைச் சொல்லலாம்.

இப்படி ஒரு சொல்லைக் கேட்டவுடன் நமக்குள் ஒரு காட்சி தோன்றுகிறது என்றால், அது ஒரு நாளில் நடந்த மாற்றமில்லை. பல ஆண்டுகளாகப் பல இடங்களில் பலவிதங்களில் இந்தச் சொற்களை நாம் கேட்டிருக்கிறோம், அவற்றுடன் தொடர்புடைய காட்சிகளைப் பார்த்திருக்கிறோம், ஒலிக்குறிப்புகளைக் கேட்டிருக்கிறோம், அவை நம் மனத்தில் ஒரு குறிப்பிட்டவிதத்தில்

பதிந்துகொள்கின்றன, அதன்பிறகு, அந்தச் சொல்லுக்கு அந்தப் பொருள் என்று நினைக்கத்தொடங்கிவிடுகிறோம்.

ஆங்கிலத்தில் இதை *Brand Management* என்கிறார்கள். அதாவது, ஒரு குறிப்பிட்ட பிராண்டை மக்கள் மனத்தில் ஒரு குறிப்பிட்டவிதத்தில் பதியவைத்தல். இதைச் சரியாகச் செய்துவிட்டால், பின்னர் அதனைப் பலவிதங்களில் பயன்படுத்திக்கொள்ளலாம்.

எடுத்துக்காட்டாக, சுவையான நொறுக்குத்தீனிகளுக்குப் புகழ்பெற்ற ஒரு பிராண்ட் புதிதாக ஓர் ஐஸ்க்ரீமை அறிமுகப்படுத்துகிறது என்றால், முதல் நாளிலிருந்தே அந்த ஐஸ்க்ரீமுக்கு வாடிக்கையாளர்கள் கிடைத்துவிடுவார்கள். 'இவங்க தயாரிக்கிற ஐஸ்க்ரீம்ன்னா நல்லாதான் இருக்கும்' என்ற நம்பிக்கையுடன் அதை வாங்கிச் சுவைப்பார்கள். இத்தனை நாளாகக் கட்டிக்காத்த பிராண்டின் பலன் அது.

அதனால்தான், நிறுவனங்களும் புகழ்பெற்ற ஆளுமைகளும் தங்களுடைய பிராண்டைக் கவனமாகப் பாதுகாக்கிறார்கள். அதற்குக் குறை வராதபடி பார்த்துக்கொள்கிறார்கள்.

ஆனால், பிராண்ட் மேலாண்மை என்பது இந்தப் பெரியவர்களுக்கு மட்டுமில்லை, நம்மைப்போன்ற சிறியவர்களுக்கும் பொருந்தும். சொல்லப்போனால், அவர்களுக்கு இணையாக நாமும் நம்முடைய பிராண்டை அலுவலகத்தில், தனிப்பட்ட உறவுகளில் முன்னிறுத்தப் பழகவேண்டும், அது நமக்குப் பலவிதங்களில் நன்மை தரும்.

அலுவலகத்தில் உங்களுக்கு ஏதாவது ஒரு பிரச்னை வருகிறது என்றால், முதலில் யாரிடம் செல்கிறீர்கள் என்று கொஞ்சம் யோசித்துப்பாருங்கள். அதே பிரச்னையைத் தீர்க்கக்கூடிய பலர் அங்கு இருந்தாலும், ஒரு குறிப்பிட்ட நபரிடம்தான் நாம் அடிக்கடி செல்கிறோம், அதற்கு என்ன காரணம்?

நாம் எந்த விஷயத்தில் பிரச்னையைச் சந்திக்கிறோமோ, அந்த விஷயத்தில் தான் ஒரு மேதை என்பதை அவர் ஏற்கெனவே

நம் மனத்தில் நிறுவியிருக்கிறார், அவருடைய பிராண்ட் நம் மனத்தில் அப்படிதான் பதிந்திருக்கிறது, அதனால்தான் சட்டென்று நாம் அவரிடம் ஓடுகிறோம்.

அவர் தன்னுடைய பிராண்டை நம் மனத்தில் நிறுவியது எப்படி?

நாள்தோறும் அலுவலகத்தின் மையத்தில் வந்து நின்று ‘நான் இந்த விஷயத்தில் பெரிய ஆளாக்கும்’ என்று அவர் கத்தவில்லை. மாறாக, ஒவ்வொரு நாளும், ஒவ்வொரு வாய்ப்பின்போதும் தன்னுடைய மேதைமையைச் சிறிதுசிறிதாக உணர்த்தியிருக்கிறார். நாம் நெடுநேரம் குழம்பிக்கொண்டிருந்த பிரச்னையை அரைநிமிடத்தில் தீர்த்துவைத்திருக்கிறார், அடுத்து என்ன செய்வது என்று தெரியாமல் திகைத்திருந்தபோது வழிகாட்டி உதவியிருக்கிறார், வாடிக்கையாளர்கள்முன்னால் தன்னுடைய எண்ணங்களைக் கச்சிதமாகத் தொகுத்துப்பேசி அவர்களைச் சம்மதிக்கவைத்திருக்கிறார். இவை அனைத்தும் சேர்ந்து அவருடைய பிராண்டை வலுப்படுத்தியிருக்கின்றன.

இவற்றையெல்லாம் அவர் திட்டமிட்டுச் செய்தாரா, அல்லது இவை இயல்பாக நடந்தனவா என்பது நமக்குத் தெரியாது. ஆனால், அவருடைய பிராண்ட் வலுவாக உருவாகியிருப்பதை நாம் உணர்கிறோம்.

நாமும் இதுபோல் நம்முடைய பிராண்டை உருவாக்கி, வளர்ப்பது எப்படி?

முதலில், நம்முடைய பணியை நாம் ஒழுங்காகவும் நேர்மையோடும் செய்யவேண்டும், கடினமாக உழைக்கத் தயாராக இருக்கவேண்டும், ஒவ்வொரு நாளும் முந்தைய நாளைவிடச் சிறப்பாகச் செயல்பட முனையவேண்டும். இவற்றையெல்லாம் பார்த்து மக்கள் தாங்களே நம்மைப்பற்றிய ஒரு நல்ல எண்ணத்தை வளர்த்துக்கொள்வார்கள்.

அப்படியில்லாமல், நம்மைப்பற்றிய ஒரு குறிப்பிட்ட எண்ணத்தை உருவாக்கவேண்டும் என்பதற்காக முனைந்து செயல்படுவதும்

சாத்தியம்தான். ஆனால், அது இயல்பான பிராண்டாக இருக்காது, வலியத் திணிக்கப்பட்டது என்பது இன்றைக்கு இல்லாவிட்டாலும் என்றைக்காவது தெரிந்துவிடும்.

இப்படி இயல்பான ஒரு பிராண்டை உருவாக்கியபிறகு, அதை இன்னும் வலுவாக்கும் பொறுப்பு நம்முடையது. அதற்காக, நம்முடைய பணியைப்பற்றி, சாதனைகளைப்பற்றிச் சரியான இடத்தில், சரியானவிதத்தில், சரியான அளவில் பேசுவதற்குத் தெரிந்துகொள்ளவேண்டும். அதாவது, நம்மை விளம்பரப் படுத்திக்கொள்ளவேண்டும்.

விளம்பரம் என்றதும், பலர் முகம் சுளிப்பார்கள். ‘எனக்குத் தற்புகழ்ச்சியே பிடிக்காது, நம்மைப்பத்தி மத்தவங்கதான் பேசணும், நாமே பேசக்கூடாது’ என்பார்கள்.

சத்தமில்லாமல் நம்முடைய பணிகளைச் செய்துகொண்டிருப்பது ஒரு சிறந்த பண்புதான். ஆனால், பரபரப்பான அலுவலகச் சூழலில் அப்படிப்பட்டவர்கள் இருந்த இடம் தெரியாமல் காணாமல்போய்விட வாய்ப்பிருக்கிறது. அவர்கள் சிறப்பாகவே செயல்பட்டாலும், அதைப்பற்றி யாருக்கும் தெரிந்திருப்பதில்லை, ஆகவே, அவர்களுக்கு நல்ல வாய்ப்புகளும் கிடைப்பதில்லை.

ஆகவே, பார்க்கிறவர்களிடமெல்லாம் நம்மைப்பற்றித் தம்பட்டம் அடிக்காமல், நாம் செய்த உண்மையான நல்ல பணிகளைப் பலருக்குத் தெரியச்செய்வதில் எந்தத் தவறும் இல்லை. இதன்மூலம் நம்முடைய தனிப்பட்ட பிராண்ட் வளரும், நாளைக்கே மற்றவர்களுக்கு இந்த விஷயத்தில் ஒரு பிரச்னை வந்தால் நம்மிடம் வந்து பலன்பெறுவார்கள், இதுசார்ந்த ஒரு புதிய வாய்ப்பு வரும்போது, நம்முடைய நிறுவனம் நம் திறமைகளைப் பயன்படுத்திக்கொள்ளலாம். அந்தவிதத்தில், இதனால் ஒட்டுமொத்தக் குழுவுக்கும் நன்மைதான்.

எடுத்துக்காட்டாக, நாம் ஒரு கடினமான பணியை நேர்த்தியாகச் செய்கிறோம், அதைக் கண்ட வாடிக்கையாளர் மகிழ்கிறார், நமக்குத் தனிப்பட்டமுறையில் ஒரு மின்னஞ்சல் எழுதிப்

பாராட்டுகிறார். அந்த மின்னஞ்சலை நாமே பார்த்து மகிழ்ந்துகொண்டிருக்காமல், நம்முடைய குழுவுக்கும் அனுப்பிவைக்கலாம், அந்தப் பணியில் நமக்கு உதவிய மற்றவர்களுக்கு நன்றி தெரிவித்து, 'இந்தப் பாராட்டை நான் உங்களுடன் பகிர்ந்துகொள்கிறேன்' என்று சொல்லலாம். இதன்மூலம், ஒரே கல்லில் இரண்டு மாங்காய்: நம் பிராண்டும் வளரும், சக ஊழியர்களுடனான உறவும் வலுப்பெறும்.

நம்முடைய பிராண்ட் என்பது நம் தொழில்நுட்பத்திறமைகள் மட்டுமில்லை, குணங்களும்தான். 'டெண்டுல்கர்' என்றவுடன் கிரிக்கெட்டுடன் அவருடைய பணிவான பழகுமுறையும் நினைவுக்கு வருகிறதுதானே? அதைப்போல, அன்றாட நடவடிக்கைகளில் நாம் வெளிப்படுத்தும் நற்பண்புகளெல்லாம் நம் பிராண்டை வலுப்படுத்தும்.

திறமைசாலி, அறிவாளி, உண்மையானவர், கடின உழைப்பாளி, குறுக்குவழிகளை நாடமாட்டார், பொறுப்பானவர், படைப்புணர்வுடன் சிந்திக்கிறவர், பழகுவதற்கு இனிமையானவர், பிறருக்கு உதவுகிறவர் என்றெல்லாம் மக்கள் உங்களைப்பற்றி நினைக்கும்படி பெயரெடுப்பது எளிதில்லை. ஆனால், அதைச் சாதித்துவிட்டால், அதன்பிறகு உங்கள் வளர்ச்சி மிகப்பெரிதாக இருக்கும்!

★★★

8

'நான் யார்?'

பல தத்துவ அறிஞர்களை அலைக்கழித்த கேள்வி இது. நம்மைப்போன்ற பொதுமக்களும் வாழ்க்கையின் வெவ்வேறு காலகட்டத்தில் நம்மை நாமே இந்தக் கேள்வியைக் கேட்டுக்கொள்கிறோம், அதற்கான பதிலை நெடுங்காலம் முனைந்து தேடுகிறோம்.

தனிப்பட்ட வாழ்க்கையைப்போலவே, பணிவாழ்க்கையிலும் இந்தக் கேள்வி தேவைப்படுகிறது: நான் யார்? எனக்கு என்ன தெரிந்திருக்கிறது? என்ன தெரியவில்லை? நான் எதைச் செய்ய விரும்புகிறேன்? இன்னும் சில ஆண்டுகளில் நான் எங்கு இருப்பேன்? எப்படி இருப்பேன்? எது எனக்கு மகிழ்ச்சியளிக்கும்? தொலைநோக்கில் இவ்வுலகுக்கு நான் விட்டுச்செல்லப்போவது என்ன?

நேர்முகத்தேர்வுகளின்போது, '*Where do you see yourself in five years?*' என்பதுபோல் ஒரு கேள்வியைக் கேட்பார்கள். அந்தக் கேள்வியின் நோக்கம் என்னவாக இருக்கும்?

ஐந்து ஆண்டுகளில் நாம் என்னவாக இருப்போம் என்பதை முன்கூட்டியே துல்லியமாகக் கணிப்பதற்கு நாம் ஒன்றும் சோதிடக்காரர்கள் இல்லை. அதேசமயம், நாம் எந்தத் திசையில் சென்றுகொண்டிருக்கிறோம், செல்லவிரும்புகிறோம் என்பது தெரிந்தால், இதைப்பற்றிய ஒரு தெளிவான பார்வை நம்மிடம் இருக்கும். அப்படிப்பட்ட தொலைநோக்கு நமக்கு உண்டா என்பதைத் தெரிந்துகொள்வதுதான் அந்தக் கேள்வியின் நோக்கம்.

ஏனெனில், சில தலைமுறைகளுக்கு முன்புவரை பணிவாழ்க்கை என்பது நேர்கோடாக இருந்தது. ஒரு குறிப்பிட்ட பொறுப்பில் பணிக்குச் சேர்கிறவருக்கு முன்னால் ஒரே ஒரு வாய்ப்புதான் இருக்கும், அவர் கடினமாக உழைத்தால் அந்த ஒரு வாய்ப்பைப் பெறலாம், அங்கிருந்து முன்னோக்கிப் பார்த்தால், மீண்டும் ஒரே ஒரு வாய்ப்புதான் இருக்கும், அடுத்த முப்பது, நாற்பது ஆண்டுகளில் இப்படி ஒவ்வொரு படியாக முன்னேறிச் செல்லலாம், உயர்நிலையை எட்டலாம்.

இன்றைய நிலைமை அப்படியில்லை. ஒவ்வொரு கட்டத்திலும் நமக்கு முன்னால் பல வாய்ப்புகள் உள்ளன. அவற்றில் எந்த வாய்ப்பைத் தேர்ந்தெடுத்தாலும் இன்னும் பலபல வாய்ப்புகள் விரிகின்றன. ஆகவே, நம்முடைய பணிவாழ்க்கை நேர்கோடாக இல்லை, பல கிளைகளாக வெவ்வேறு திசைகளில் பரந்து விரிந்து செல்கிறது.

இதனால், நாம் சேணம் கட்டிய குதிரையைப்போல முன்னோக்கிமட்டுமே சென்றுகொண்டிருப்பது சாத்தியமில்லை. எல்லாப் பக்கங்களிலும் பார்க்கவேண்டும், என்னென்ன வாய்ப்புகள் உள்ளன என்று தெரிந்துகொள்ளவேண்டும், அதில் எவையெல்லாம் நமக்குச் சரிப்படும், எவற்றை நாம் விரும்புகிறோம், எதில் நல்ல எதிர்காலம் உள்ளது, எங்கு நம்மால் நல்ல பங்களிப்பை வழங்க இயலும் என்று பல கோணங்களில் சிந்தித்துத் திட்டமிடவேண்டும்.

ஆங்கிலத்தில் இதைக் *'Career Planning'* என்கிறார்கள். அதாவது,

பணிவாழ்க்கை திட்டமிடல். அடுத்த ஓராண்டில் நாம் என்ன செய்ய விரும்புகிறோம் என்பதை முன்கூட்டியே சிந்தித்துத் தீர்மானிப்பது, ஐந்தாண்டுகளுக்கான திட்டமொன்றைத் தயாரிப்பது, தொலைநோக்கில், அதாவது, இந்தத் துறையில் நெடுங்காலம் பணிபுரியும்போது நம் வளர்ச்சி எப்படி அமையவேண்டும் என்பதைப்பற்றிய தெளிவான பார்வையை வளர்த்துக்கொள்வது ஆகியவை இதன் நோக்கங்கள்.

ஆனால், இதையெல்லாம் சிந்திப்பதற்குமுன்னால், நம்மை நாமே உண்மையாக எடைபோடவேண்டும், நம்மைச்சுற்றியிருக்கிற சூழலை (சந்தையை, சமூகத்தை, உலகத்தை, அதில் நிகழ்ந்துவரும் மாற்றங்களை) உன்னிப்பாகக் கவனிக்கவேண்டும், அப்போதுதான் நம்முடைய திட்டம் உயிர்ப்புடன் இருக்கும், எதார்த்தமாகவும் இருக்கும்.

எடுத்துக்காட்டாக, இன்று ஒரு பெரிய கணினி மென்பொருள் நிறுவனத்தில் நிரலாளராகப் பணிபுரிகிறவர் நாளைக்குச் சொந்தமாகத் தொழில்செய்ய விரும்பலாம், அல்லது 'நூறுபேர் எனக்குக் கீழே வேலைசெய்யவேண்டும், நான் அவர்களை வழிநடத்தவேண்டும்' என்று மேலாளர் பொறுப்பை விரும்பலாம், அல்லது இதற்குச் சம்பந்தமே இல்லாமல், 'நிறையப் பணத்துடன் இந்தத் துறையிலிருந்து ஓய்வுபெற்றுக்கொண்டு உலகத்தைச் சுற்றிவரவேண்டும்' என்று நினைக்கலாம்.

இவை ஒவ்வொன்றும் மாறுபட்ட தேர்வுகளாக இருப்பினும், இவை அனைத்துக்கும் திட்டமிடமுடியும் என்பதுதான் முக்கியம். சொந்தத்தொழில் செய்யும் கனவுடன் இருக்கிறவர் அதற்குத் தேவையான திறமைகள் தன்னிடம் உள்ளனவா என்று எடைபோட்டு, இல்லாத திறமைகளை வளர்த்துக்கொள்வதற்காகப் பணியாற்றலாம்; மேலாளராக விரும்புகிறவர் மற்ற மேலாளர்களைக் கவனித்துப் பல விஷயங்களைக் கற்றுக்கொள்ளலாம்; பணம்சேர்த்துவிட்டு ஓய்வுபெற விரும்புகிறவர் இப்போதைய சம்பளத்தை இருமடங்காக, மும்மடங்காக ஆக்க என்ன செய்யவேண்டும் என்று சிந்திக்கலாம்.

நல்ல இலக்கு, கெட்ட இலக்கு என்றெல்லாம் இவற்றைப் பிரித்துப்பார்க்கக்கூடாது. இலக்கு எதுவாக இருந்தாலும் அதை எட்டுவதற்குத் திட்டமிடப் பழகிக்கொள்ளவேண்டும்.

இதை நாம் தனியாகச் செய்யவேண்டியதில்லை. நம்மிடம் என்னென்ன இடைவெளிகள் உள்ளன என்பதைத் தெரிந்துகொண்டுவிட்டபிறகு, அவற்றில் சிறந்துவிளங்குகிற மற்றவர்களைச் சந்தித்து ஆலோசனை பெறலாம், அவர்களுடன் இணைந்து பணியாற்றுவதற்கான வாய்ப்புகளைத் தேடலாம்.

எடுத்துக்காட்டாக, ஒருவர் தன்னைத்தானே சுய ஆய்வு *(Self Analysis)* செய்துகொள்கிறார், தனக்குத் தீர்மானமெடுக்கும் *(Decision Making)* கலையில் திறமை போதவில்லை என்று கண்டறிகிறார், அதில் தன்னை மேம்படுத்திக்கொள்ள விரும்புகிறார்.

இப்போது, அவர் தன்னைச்சுற்றியிருக்கும் சக ஊழியர்கள், உயர் அலுவலர்களைக் கூர்ந்து கவனிக்கவேண்டும்; அவர்களுள் இந்தக் கலையில் சிறந்துவிளங்குகிற யாராவது நிச்சயம் இருப்பார்கள்; அவர்களைச் சந்தித்துத் தன்னுடைய பிரச்னையைச் சொல்லி ஆலோசனை கேட்கவேண்டும்; அவர்கள் வழங்குகிற அறிவுரைகளைப் பயன்படுத்திப்பார்க்கவேண்டும்; தேவைப்பட்டால், கூடுதல் கேள்விகளைக் கேட்கவேண்டும்.

ஒருவேளை, அவரைச் சுற்றியிருப்பவர்களில் யாரும் தீர்மானமெடுக்கும் கலையில் சிறந்து விளங்காவிட்டால்?

தன்னை மேம்படுத்திக்கொள்வது *(Self Improvement)* என்பது மிகப்பெரிய தலைப்பு. அதில் ஏராளமான நூல்கள், இணையதளங்கள், வீடியோக்கள் உள்ளன. அவற்றை அணுகலாம், படிக்கலாம், பயன்படுத்திப்பார்க்கலாம், சரிப்படுகிறவற்றைப் பின்பற்றலாம்.

நம்முடைய இன்றைய நிலைக்கும், நாம் சென்றுசேர விரும்புகிற நிலைக்கும் இடையிலுள்ள தொலைவைக் கடப்பதற்கு இப்படி ஒன்று, இரண்டு அல்லது பல விஷயங்கள் தேவைப்படலாம்.

அவை ஒவ்வொன்றுக்காகவும் இப்படித் தனித்தனியே உழைக்கவேண்டும், நம்மை முன்னேற்றிக்கொள்ளவேண்டும். இதற்காகச் செலவிடும் நேரம் ஒரு பயனுள்ள முதலீடு என்று நம்பவேண்டும்.

இந்தப் பாதையில் பல கவனச்சிதறல்கள் வரக்கூடும். அந்த வாய்ப்புகள் ஒவ்வொன்றும், நம்முடைய திட்டத்தை நிறைவேற்றவும், இலக்கை அடையவும் உதவலாம், அல்லது அதைத் தாமதப்படுத்தலாம். இந்த இரண்டையும் சிந்தித்துப்பார்த்துச் சிறந்தவற்றைத் தேர்ந்தெடுக்கவேண்டும், மற்றவற்றை இரக்கமில்லாமல் விட்டுவிடவேண்டும்.

எடுத்துக்காட்டாக, சிறந்த தொழில்நுட்ப வல்லுனராகவேண்டும் என்ற கனவுடன் உழைத்துக்கொண்டிருக்கிற ஒருவருக்குத் திடீரென்று கூடுதல் சம்பளத்துடன் ஒரு மேலாளர் பதவி கிடைக்கலாம். ஒருவேளை அவருக்கு உடனடிப் பொருளாதாரத் தேவை இருந்தாலன்றி, இந்தப் பொறுப்பை ஏற்றுக்கொள்வது அவருடைய இலக்கை எட்டுவதற்கு எந்தவிதத்திலும் உதவப்போவதில்லை.

சுருக்கமாகச் சொன்னால், செல்லும் இடம்பற்றிய தெளிவு வேண்டும், அதற்கான திட்டம் வேண்டும், இடைவெளிகளை நிரப்பவேண்டும், கவனச்சிதறல்களை உதறித்தள்ளிவிட்டு முன்னேறவேண்டும், இதன்மூலம் விரைவாகவும் மன நிறைவோடும் இலக்கைச் சென்றுசேரலாம்.

★★★

9

சில தலைமுறைகளுக்கு முன்புவரை, ஒரு குறிப்பிட்ட நிறுவனத்தில் ஒரு குறிப்பிட்ட வேலையில் சேர்கிறவர்கள் ஓய்வுபெறும்வரை அதே நிறுவனத்தில் கிட்டத்தட்ட அதே மாதிரியானதொரு வேலையைத்தான் செய்து கொண்டிருப்பார்கள். அவ்வப்போது சம்பளம் கூடும், பதவி உயர்வு வரும், எப்போதாவது ஓரிடத்திலிருந்து இன்னோரிடத்துக்கு மாற்றுவார்கள், மற்றபடி அவர்களுடைய நிறுவனமோ வேலையின் தன்மையோ மாறாது, சேர்ந்த இடத்திலேயே நிரந்தரமாகப் பணியாற்றி ஓய்வுபெறுவார்கள்.

ஆனால், இன்றைய பணியுலகம் அப்படியில்லை. ஒரு நிறுவனத்தில் வேலைக்குச் சேர்ந்தவர்கள் சில மாதங்களுக்குள் வேறொரு நிறுவனத்துக்குத் தாவி அதே வேலையைத் தொடர்கிறார்கள். அல்லது முதலில் தேர்ந்தெடுத்த பணியையே மாற்றிக்கொண்டு முற்றிலும் மாறுபட்ட இன்னொரு பணியைச் செய்கிறார்கள். இவையெல்லாம் மிக இயல்பான மாற்றங்களாகப் பார்க்கப்படுகின்றன, ஏற்றுக்கொள்ளப்படுகின்றன.

இந்த நிறுவன மாற்றங்கள் அல்லது வேலை மாற்றங்களுக்கு என்ன காரணம்?

சில நேரங்களில் பொருளாதாரக் காரணங்கள், அதாவது, இந்த நிறுவனத்தைவிட அந்த நிறுவனத்தில் இன்னும் நல்ல சம்பளம் கிடைக்கிறது, ஊழியர்களுக்குச் சிறந்த வசதிகளைச் செய்துதருகிறார்கள், வெளிநாடு சென்று பணிபுரியும் வாய்ப்பு கிடைக்கிறது போன்ற காரணங்களுக்காகச் சிலர் வேலை மாறுகிறார்கள்.

இன்னும் சிலர், வளர்ச்சிக்கான சாத்தியங்களைக் கவனித்து வேலை மாறுகிறார்கள். எடுத்துக்காட்டாக, 'இந்த நிறுவனத்தில் நான் என்னதான் கஷ்டப்பட்டு வேலைசெய்தாலும் ஓரளவுக்குமேல் முன்னேற இயலாது. ஆகவே, இன்னும் நல்ல முன்னேற்ற வாய்ப்புகளைக் கொண்ட வேறு நிறுவனத்துக்கு நான் மாறிக்கொள்கிறேன்' என்று ஓர் இளைஞர் சொல்லலாம்.

முதலில் தேர்ந்தெடுத்த நிறுவனமோ வேலையோ சில காரணங்களால் பிடிக்காமல் போகும்போது, அல்லது அதில் அழுத்தம் அதிகமாக இருக்கும்போது, அதற்காக வேலை மாறுகிறவர்களும் உண்டு. எடுத்துக்காட்டாக, 'இந்த மேலாளர் என்னை மிகவும் அலட்சியமாக நடத்துகிறார். ஆகவே, என்னை மதிக்கும் வேறு இடத்துக்கு மாறுகிறேன்' என்று ஒருவர் கூறலாம்.

இவற்றுடன், திருமணம், உடல்நிலை போன்ற தனிப்பட்ட விஷயங்கள், சொந்தத் தொழில் தொடங்கும் விருப்பம் என்று பலபல காரணங்களுக்காக இன்றைய இளைஞர்கள் வேலை மாறுகிறார்கள். இப்படி எந்தக் காரணமும் இல்லாமல், 'ஒரே கம்பெனியில எவ்ளோ நாள் வேலைபார்க்கறது? மார்க்கெட் எப்படி இருக்குன்னு கொஞ்சம் வெளியே போய்ப் பார்ப்போமே' என்று சும்மா ஜாலிக்கு வேலை மாறுகிறவர்கள்கூட உண்டு.

இதையெல்லாம் பார்க்கும்போது, வேலை மாறும் எண்ணமேதும் இல்லாமல் ஒழுங்காக வேலைசெய்துகொண்டிருக்கிறவர்களுக்குக் கூடச் சில தடுமாற்றங்கள் வருவது இயல்புதான். 'நம்மைச்சுத்தி எல்லாரும் வேலை மாறி கிட்டிருக்காங்களே, நாமதான் அப்பாவியா ஒரே இடத்துல உட்கார்ந்துகிட்டிருக்கமோ?' என்று அவர்கள் யோசிக்கக்கூடும்.

உண்மையில் நிறுவன மாற்றம் அல்லது பணி மாற்றம் என்பது சரிதானா? அவசியமா? கட்டாயமா? ஆம் எனில், அதை எப்போது செய்யவேண்டும்? எப்படிச் செய்யவேண்டும்? முக்கியமாக, ஏன் செய்யவேண்டும்?

வேலை மாற்றத்துக்கான பல காரணங்களை மேலே பார்த்தோம்; அவற்றுள் ஏதோ ஒரு காரணம், அல்லது அவற்றில் இல்லாத ஒரு புதிய காரணம் உங்களுக்கு இருந்தால், கண்டிப்பாக வேலை மாறுவதைப்பற்றிச் சிந்திக்கலாம். அதில் எந்தத் தவறும் இல்லை, இப்போதைய நிறுவனத்துக்குத் துரோகம் செய்கிறோமோ என்றெல்லாம் நினைத்துத் தயங்கவேண்டியதில்லை.

ஏனெனில், வேலை என்பது உங்களுக்கும் ஒரு நிறுவனத்துக்கும் இடையிலான ஒப்பந்தம்தான். அதனால் இருதரப்பினரும் பலன் பெறுகிறீர்கள். அதேசமயம், ஒரு நியாயமான காரணத்துக்காக அந்த ஒப்பந்தத்தை முறித்துக்கொள்கிற உரிமையும் உங்கள் இருவருக்குமே உண்டு.

இதில் 'நியாயமான காரணம்' என்ற சொற்கள்தாம் மிகவும் முக்கியமானவை. கூடுதல் சம்பளம், கூடுதல் வசதிகள், பதவி உயர்வு, கூடுதல் அதிகாரம், ஆர்வமூட்டும் பணி என நியாயமான ஒரு காரணத்துக்காகப் பணி மாற்றத்தைப்பற்றிச் சிந்திக்கலாம். இதைப் பயன்படுத்திக்கொண்டு வேறொரு தளத்துக்கு முன்னேறலாம்.

அதேசமயம், அடிக்கடி பணி மாறுவதும் ஆபத்து. ஐந்து வருடத்தில் ஏழு நிறுவனங்கள் மாறிய ஒருவரை எட்டாவதாக ஒரு நிறுவனம் பணிக்குச் சேர்க்கத் தயங்கும், 'இங்கிருந்தும் நீங்க சட்டுன்னு கிளம்பிடமாட்டீங்கன்னு என்ன நிச்சயம்?' என்று கேட்பார்கள்.

ஏனெனில், புதிதாகப் பணிக்குச் சேர்கிற ஒருவரைச் செயல்திறன்மிக்க ஊழியராக ஆக்குவதற்கான பயிற்சிக்காகவும் கூடுதல் நேரத்துக்காகவும் நிறுவனங்கள் நிறையச் செலவழிக்கின்றன. ஆகவே, அடிக்கடி வேலைமாறுகிற ஒருவரை

நம்பி இத்தனை பெரிய முதலீட்டைச் செய்யலாமா என்று அவர்கள் யோசிப்பது இயல்புதான்.

அடிக்கடி வேலை மாறுவது ஊழியர்களுக்கும் அவ்வளவாக நல்லதில்லை. இதனால் அவர்கள் ஒரே இடத்தில் ஆழமாகக் காலூன்றி, நல்ல திறமையை வளர்த்துக்கொள்ள இயலாமல் போகலாம்.

சுருக்கமாகச் சொன்னால், இயன்றவரை இப்போதைய வேலையையே தொடர்வதற்கு முயலலாம், அது சரிப்படாதபோது, வேலை மாறுவதற்கு நியாயமான காரணங்கள் உண்டாகும்போது, வெளியில் வாய்ப்புகளைத் தேடத் தொடங்கலாம்.

பணி மாறுவது என்று தீர்மானித்த பிறகு, அதற்கான காரணங்களை மீண்டும் தெளிவாகச் சிந்திக்கவேண்டும். அந்தக் காரணங்களை நன்றாகவும் முழுமையாகவும் பூர்த்திசெய்கிற ஒரு வாய்ப்பைத் தேடவேண்டும். புதிய நிறுவனத்தில் அதே பிரச்னை மீண்டும் வராது என்பதை உறுதிப்படுத்திக்கொள்ளவேண்டும்.

எடுத்துக்காட்டாக, ஒரு நிறுவனத்தில் சவாலான பணிகளே இல்லை என்பதற்காக வேறு நிறுவனத்துக்கு மாறுகிற ஒருவர், அந்தப் புதிய நிறுவனத்தில் சவாலான பணிகள் உள்ளனவா, அது தனக்குக் கிடைக்குமா என்றெல்லாம் முன்கூட்டியே தெரிந்துகொள்ளவேண்டும். இல்லாவிட்டால் அங்கும் இதே கவலையோடு உட்கார்ந்திருக்கவேண்டியதுதான்.

இன்னொரு விஷயம், நாம் எந்தக் காரணத்துக்காக நிறுவனம் மாறத் தீர்மானிக்கிறோமோ, அந்தக் காரணத்தைச் சரிசெய்கிற வாய்ப்பை நம்முடைய இப்போதைய நிறுவனத்துக்கு வழங்கிப்பார்ப்பது நல்லது. ஒருவேளை, அவர்களால் அதைச் சரிசெய்துகொள்ள இயன்றது என்றால், கஷ்டப்பட்டு இன்னொரு வேலையைத் தேடவேண்டியதில்லையே!

எடுத்துக்காட்டாக, சம்பளம் குறைவு என்பதற்காக வேலை மாற நினைக்கிற ஒருவர், முதலில் தன்னுடைய மேலாளரிடம்

இதுபற்றிப் பேசலாம். சந்தையில் இதே பணியைச் செய்கிற மற்றவர்களுடைய சம்பளத்தைச் சுட்டிக்காட்டித் தன்னுடைய சம்பளத்தை உயர்த்தவேண்டும் என்று கோரலாம். ஒருவேளை, அந்தக் கோரிக்கை ஏற்கப்பட்டுவிட்டால், இங்கேயே தொடரலாம், இல்லாவிட்டால், வேறு நிறுவனத்துக்கு மாறலாம்.

சிலர் ஒரே நிறுவனத்துக்குள் வேறுவிதமான பணிகளுக்கு மாறுவார்கள். எடுத்துக்காட்டாக, நேற்றுவரை மென்பொருள் எழுதிக்கொண்டிருந்த ஒருவர் இன்றைக்கு மேலாளராக மாறலாம். அதற்குத் தேவையான கூடுதல் திறமைகளை வளர்த்துக்கொண்டு அந்தத் திசையில் முன்னேறலாம்.

இன்றைய பணியுலகில் ஒரே நிறுவனத்தில் நெடுநாள் தங்கிச் சிறக்கிறவர்களும் இருக்கிறார்கள்; சரியான நேரத்தில் சரியான காரணங்களுக்காகச் சரியான இடங்களுக்கு மாறிப் படிப்படியாக வளர்கிறவர்களும் இருக்கிறார்கள்; இவற்றில் நாம் எந்த வகை என்பதைச் சூழ்நிலையைப் பொறுத்துத் தீர்மானித்துக்கொள்ளவேண்டும், கவனமாகத் திட்டமிட்டு முன்னேறவேண்டும்!

★★★

10

எங்களுடைய அலுவலக நேரம், காலை பத்துமணிமுதல் மாலை ஆறுமணிவரை. ஆனால், எனக்குத் தெரிந்து பெரும்பாலானோர் அதை மதிப்பதோ பின்பற்றுவதோ கிடையாது.

சிலர் எட்டுமணிக்கே வந்துவிடுவார்கள், ஆளில்லாத டீக்கடையில் நிம்மதியாகத் தேநீர் ஆற்றிக்கொண்டிருப்பார்கள். 'அந்த நேரத்துலதான் எந்தத் தொந்தரவும் இருக்காது, மத்தவங்கள்லாம் வர்றதுக்குள்ள, அதாவது, பத்துமணிக்குள்ள என்னோட வேலையில பாதியை முடிச்சுடுவேன்' என்பார்கள்.

அலுவலகத்துக்கு வருவதில் முந்துகிற இவர்கள் அலுவலகத்தை விட்டுக் கிளம்புவதிலும் முந்திக்கொள்வார்கள். மூன்றரை, நான்குக்கெல்லாம் வேலைகளை முடித்துவிட்டு லாப்டாப்பை மடித்துப் பையில் போட்டுக்கொண்டு புறப்பட்டுவிடுவார்கள்.

மிகப் பலர் ஒன்பதேமுக்காலில் தொடங்கி பத்தரைக்குள் வருவார்கள். போக்குவரத்து நெரிசலைப்பற்றிச் சிறிது புலம்பிவிட்டு வேலையைத் தொடங்குவார்கள்.

இன்னும் சிலர் பன்னிரண்டுமணிக்குதான் விழித்தெழுவார்கள்,

மதிய உணவு நேரத்தில் அலுவலகத்துக்குள் எட்டிப்பார்த்துவிட்டு நேராகச் சாப்பிடச்சென்றுவிடுவார்கள். திரும்பிவந்து வேலையைத் தொடங்கினால் நள்ளிரவுவரை சுறுசுறுப்பாக வேலைசெய்வார்கள்.

இவர்களில் யார் செய்வது சரி, யார் செய்வது தவறு என்றெல்லாம் சிந்திக்கவேண்டியதில்லை. சிலர் இரவுப்பறவைகள், சிலர் அதிகாலையில் துயிலெழுகிறவர்கள், சிலர் தனிக்காட்டு ராஜாக்கள், ராணிகள், சிலர் குடும்பக் கடமைகளைக் கவனித்துவிட்டு அலுவலகத்துக்கு வருகிறவர்கள், சிலருடைய வேலைகள் தன்னந்தனியாக நடக்கும், அதாவது, அவர்மட்டும் தன்னுடைய வேலையைப் பார்த்தால் போதும், மற்ற சிலர் பிறரோடு இணைந்து கைகோத்து வேலைசெய்யவேண்டியிருக்கும், சிலர் இந்திய வாடிக்கையாளர்களுடன் பணிபுரிகிறவர்கள், சிலர் வெளிநாட்டு வாடிக்கையாளர்களுடைய நேரத்துக்கேற்பத் தங்களுடைய அலுவல்நேரத்தை மாற்றிக்கொள்கிறவர்கள். இப்படி ஒவ்வொருவருடைய தேவை, விருப்பம், சூழலுக்கேற்ப அவர்களுடைய வேலைநேரம் மாறுகிறது.

ஆகவே, நிறுவனங்கள் இதைப்பற்றிப் பெரிதாக அலட்டிக் கொள்வதில்லை. அலுவலகத்துக்கு எப்போது வந்தால் என்ன, எப்போது கிளம்பினால் என்ன, வேலை ஒழுங்காக நடந்தால் சரி என்று இருந்துவிடுகிறார்கள், முழுக் கட்டுப்பாட்டையும் ஊழியர்களை நம்பி ஒப்படைத்துவிடுகிறார்கள்.

அலுவலக நேரத்தைப்போலவே, பணிசெய்யும் முறை, அதன் விரைவுத்தன்மை, தர அளவுகோல்கள், புதியவற்றைக் கற்றுக்கொள்ளுதல், புதிய பொறுப்புகளை ஏற்றல், நட்புவட்டத்தை விரிவுபடுத்திக்கொள்ளுதல் என்று பல விஷயங்களும் நம்முடைய கட்டுப்பாட்டில்தான் இருக்கின்றன.

ஆகவே, 'உன் வாழ்க்கை உன் கையில்' என்பது மற்றவர்களுக்கு எப்படியோ, பெருநிறுவனப் பணியாளர்களைப் பொறுத்தவரை மிக உண்மை. அவர்களுடைய (பணி)வாழ்க்கை உயர்ந்தாலும் சரி, தாழ்ந்தாலும் சரி, அதற்கு அவர்களேதான் பொறுப்பு,

மற்றவர்கள் அதற்கு உதவலாம், தாக்கம் ஏற்படுத்தலாம், விரைவாக்கலாம், மெதுவாக்கலாம், ஆனால் ஒவ்வொருவருடைய பணிவாழ்க்கை என்கிற வண்டியின் கட்டுப்பாடு அவரவர் கையில்தான் இருக்கும்.

இதனால், நாம் ஒவ்வொருவரும் நம்மிலும் நம்மைச்சுற்றியும் நடக்கிற மாற்றங்களைக் கூர்ந்து கவனித்தபடி இருக்கவேண்டும், அதற்கேற்ப நம்முடைய பணிவாழ்க்கையில் ஏற்படக்கூடிய மாற்றங்களைச் சரிசெய்யப் பழகவேண்டும்.

எடுத்துக்காட்டாக, திருமணமாகாத ஒருவர் நண்பர்களுடன் அலுவலகத்துக்குப் பக்கத்திலேயே தங்கியிருக்கிறார், அலுவலகத்தில் மின்சாரமும் இணையமும் காஃபியும் சாப்பாடும் கிடைக்கிறது என்பதற்காக நாள்தோறும் பதினாறுமணிநேரம் அங்கேயே இருக்கிறார், சனி, ஞாயிறுகளில்கூட வேலைசெய்யச் சளைப்பதில்லை, யாருக்கு எந்தப் பிரச்னை என்றாலும், 'நான் பார்த்துக்கறேன்' என்று முன்வருகிறார்... நாளைக்கே அவருக்குத் திருமணமாகிவிட்டால், அப்போதும் அவரால் இதேபோல் வேலைசெய்ய இயலுமா? அதைவிட முக்கியமாக, அப்படி வேலைசெய்யத்தான் வேண்டுமா?

திருமணத்தைப்போலவே, குழந்தைப்பேறு, பிள்ளைகளுடைய படிப்பு, மற்ற கூடுதல் குடும்பக் கடமைகள், குடும்பத்தினருடைய, தன்னுடைய உடல்நலப் பிரச்னைகள் என ஒவ்வொன்றும் அவர்களுடைய நேரத்தில் ஒரு கூடுதல் பங்கைக் கோரும். அதற்கேற்ப அவர் தன்னுடைய வேலைப்பாணியை மாற்றிக்கொள்ளாவிட்டால், வீட்டிலும் சரி, வெளியிலும் சரி, மனநிறைவு கிடைக்காது.

எடுத்துக்காட்டாக, அடிக்கடி வெளியூர்ப் பயணம் செல்கிற பணியில் இருக்கிற ஒருவர், திருமணத்துக்குப்பின் உள்ளூரிலேயே பணிபுரிகிறாற்போன்ற ஒரு பொறுப்புக்கு மாறலாம்; கைக்குழந்தையை வளர்க்கும் ஒருவர், வீட்டிலிருந்தே செய்யக்கூடிய ஒரு பணிக்குத் தாவலாம்; குழந்தை வளர்ந்து பள்ளிக்குச் சென்றபிறகு, பழைய அலுவலகப்பணிக்குத் திரும்பலாம்.

இதுபோன்ற மாற்றங்கள் மிக இயல்பானவை, தேவையானவை, நல்லவை. ஆகவே, 'என்னுடைய பணிவாழ்க்கை முன்புபோல் இல்லையே' என்று நினைத்துப் புலம்பவேண்டியதில்லை.

ஏனெனில், நாம் பணிசெய்வதே அலுவலகத்துக்கு வெளியிலிருக்கும் வாழ்க்கை இனிமையாக இருக்கவேண்டும் என்பதற்காகத்தான். நம்முடைய நிறுவனத்துக்கு உண்மையாக இருக்கிற அதேநேரத்தில், நம் வாழ்க்கைத் தேவைகளுக்கேற்ப அதனை மாற்றியமைத்துக்கொள்ளத் தயங்கவேண்டியதில்லை.

சொல்லப்போனால், இதுபோன்ற மாற்றங்களைத்தான் நம்முடைய நிறுவனங்களும் விரும்புகின்றன. ஊழியர்கள் மகிழ்ச்சியாக இருந்தால்தான் தங்களால் நினைத்ததைச் சாதிக்க இயலும் என்பதை அவர்கள் நன்கு அறிந்திருக்கிறார்கள்.

இதனால், பல நிறுவனங்கள் *Flexible Work Schedule* எனப்படும் நெகிழ்வான பணி நேரங்களை அனுமதிக்கிறார்கள், *Work From Home* எனப்படும் வீட்டிலிருந்தே பணிபுரியும் வசதியை வழங்குகிறார்கள், இதேபோல் ஊழியர்களுடைய தேவைகளுக்கேற்ற பல கூடுதல் வசதிகளைச் செய்துதருகிறார்கள், பெரும்பாலான நிறுவனங்களின் மனிதவளக்கொள்கைகள் ஊழியர்களுடைய மனநிறைவை, அவர்கள் வேலை, வாழ்க்கையை நன்முறையில் சமநிலைப்படுத்துவதை நோக்கமாகக் கொண்டுதான் அமைகின்றன.

அதேசமயம், யாருக்கு என்ன பிரச்னை, என்ன தேவை என்பதை அவர்களாகச் சொல்லாவிட்டால் மேலாளருக்கோ நிறுவனத்துக்கோ தெரியப்போவதில்லை. அந்தந்த ஊழியர்கள்தான் தங்களுடைய தேவைகளைப்பற்றிச் சிந்திக்க வேண்டும், மேலாளர்களிடம் பேசவேண்டும், உரிமைகளைக் கோரிப் பெறவேண்டும்.

இன்னொரு பிரச்னை, எல்லா மேலாளர்களும் ஒரேமாதிரி அமைந்துவிடுவதில்லை. சிலர் வேலை நடக்கவேண்டும் என்பதற்காக நிறுவனத்தின் மனிதவளக்கொள்கையையோ

பொதுவான மனிதாபிமானத்தைக்கூட அலட்சியப்படுத்தி விட்டு ஊழியர்களைக் கசக்கிப் பிழிவதுண்டு. அந்த உரிமைமீறலைப் பேசாமல் ஏற்றுக்கொள்ளவேண்டியதில்லை, அமைதியாக ஓரிருமுறை சுட்டிக்காட்டலாம், பலனில்லை என்றால் மேலிடத்துக்குப் புகார்செய்யலாம், அவர்களும் இதைச் சரிசெய்யவில்லையென்றால் வேறு நிறுவனத்துக்கு மாறலாம்... இப்படி எத்தனையோ வாய்ப்புகள் இருக்கின்றன. எதையும் பயன்படுத்திக்கொள்ளாமல் உட்கார்ந்துகொண்டிருந்தால் உள்ளுக்குள் புலம்பிக்கொண்டே சிரமப்படவேண்டியதுதான்!

சுருக்கமாகச் சொன்னால், பெருநிறுவனத்தில் பணிபுரிகிற ஒவ்வொருவரும் தங்களைத் தாங்களே கவனித்துக்கொள்ள வேண்டியவர்கள்; வேறு யாரும் அவர்களுக்காகச் சிந்திக்கமாட்டார்கள்; இதற்காக நேரத்தையும் உழைப்பையும் வழங்கினால்தான் தங்கள் பணிப் பயணத்தைச் சரியானபடி வடிவமைக்க இயலும்.

நம்முடைய பணி என்பது சம்பளம் தருகிற ஒரு வழியாக மட்டும் இருக்கவேண்டியதில்லை. அதன்மூலம் சமூகத்துக்கு நாம் என்னவிதமான பங்களிப்பைச் செய்கிறோம் என்பதையும் சிந்திக்கலாம், அந்த அடிப்படையிலும் மாற்றங்களைச் செய்யலாம்.

எடுத்துக்காட்டாக, என்னுடைய நண்பர் ஒருவர் தகவல் தொழில்நுட்பத்துறையில் பல்லாண்டுகள் பணிபுரிந்தார், நன்கு சம்பாதித்தார், குடும்பத்துக்காகச் சேமித்தார், பிறகு அந்த வேலையைத் துறந்துவிட்டுக் கிராமப்புற மாணவர்களுக்கு இலவசமாக கணினிக்கல்வி வழங்கிக்கொண்டிருக்கிறார்.

இப்போது நினைத்தாலும் அவர் தன்னுடைய பழைய வேலைக்குத் திரும்பிச்செல்லலாம், ஏராளமாகச் சம்பாதிக்கலாம். ஆனால், அவருக்கு இதுதான் மனநிறைவைத் தருகிறது, தன்னுடைய அனுபவத்தை இவ்வழியில் சமூகத்துக்கு வழங்குகிறார்.

எல்லாரும் இப்படிச் செய்யவேண்டும் என்று கட்டாயப்படுத்த இயலாது; அதேசமயம், உள்ளுக்குள் அப்படியொரு குரல் கேட்டால், நாம் சமூகத்திடம் பெற்றவற்றை வேறுவழியில் திரும்பத்தரவேண்டும் என்று தோன்றினால், அதை எப்படிச் செயல்படுத்துவது என்று சிந்திக்கலாம். முழுநேர வேலையில் இருந்தபடி ஓய்வுநேரத்திலும் சனி, ஞாயிறுகளிலும் இதுபோன்ற சேவைப்பணிகளில் ஈடுபடுகிறவர்கள் இருக்கிறார்கள், அதற்கும் நேரம் இல்லாதவர்கள் பணத்தால் உதவுகிறார்கள், தொழில்நுட்ப வல்லமையை நன்கொடையாக வழங்குகிறார்கள்.

இவை அனைத்தும் உடனடியாக நடந்துவிடப்போவதில்லை, படிப்படியாகத்தான் நடக்கும், அவற்றைக் கவனிப்பதும் வேண்டிய நடவடிக்கைகளை எடுப்பதும்தான் நம்முடைய பொறுப்பு. தேவைப்பட்டால் அதில் மற்றவர்களுடைய ஆலோசனைகளைப் பெற்றுக்கொள்ளலாம், அலுவலகத்துக்கு உள்ளேயும் வெளியேயும் நம் வாழ்க்கையை நாமே சரியான பாதையில் செலுத்தலாம்.

(நிறைந்தது)

தெளிவான எழுத்தும் ஆழமான ஆய்வும் நிறைந்த நூல்களுக்காகத் தமிழ் வாசகர்களிடையில் நன்கு அறியப்பட்டுள்ள என். சொக்கன் புனைவு, வாழ்க்கை வரலாறு, நிறுவன வரலாறு, தன்னம்பிக்கை, சிறுவர் இலக்கியம் உள்ளிட்ட துறைகளில் இதுவரை எழுபதுக்கும் மேற்பட்ட நூல்கள், நூற்றுக்கணக்கான கதைகள், கட்டுரைகளை எழுதியுள்ளார். விரிவான ஆய்வுகள், சான்றுகளின் அடிப்படையிலான ஆழமான வரலாற்று நூல்களைத் தமிழில் எழுத இயலும், அவற்றைப் பெரும்பான்மை வாசகர்களுக்குக் கொண்டுசேர்க்கவும் இயலும் என்பதைப் பலமுறை நிரூபித்த எழுத்து வகை இவருடையது.

தமிழ், ஆங்கிலம் ஆகிய இரு மொழிகளிலும் எழுதும் சொக்கனுடைய நூல்கள் ஹிந்தி, கன்னடம், மலையாளம் உள்ளிட்ட பல மொழிகளில் மொழிபெயர்ப்பாகியுள்ளன.